நிலவின் கனவு

ரியா மூர்த்தி

பொருளடக்கம்

முன்னுரை

அன்புள்ளங்களுக்கு வணக்கம்,

நான் ரியா மூர்த்தி. இதுவரை இருபதுக்கும் அதிகமான நாவல்-கள் எழுதி இருக்கிறேன். அவ்வப்போது கவிதைகள் புனைவதும் உண்டு...

நான் எழுதும் கதைகள் எவரும் தொடாத கதைக்களமாக இருக்க வேண்டும் என எப்போதும் நினைப்பதுண்டு. அந்த நினைப்-பினாலேயே, சில கதைகள் காலங்கள் கடந்த பின்பும் ரசிகர்களால் கொண்டாடப்படுகின்றது.

காதல், குடும்பம், திகில், குற்றம், நகைச்சுவை, கிரிக்கெட், மாற்-றுத்திறனாளி, அறிவியல், தொழில்நுட்பம், திருட்டு, காலப்பயணம், மந்திரம், ஏலியன் என்று எல்லா வகையான கதைக் களங்களையும் முயற்சி செய்திருக்கின்றேன்.

2020 புதினம் போட்டியில் நான் எழுதிய, 'ஆடுகளம்' கதை முதல் பரிசை வென்றது. அதன்பிறகு, பிரதிலிபியிலும் பிற தளங்க-ளிலும் கதை, கவிதை பிரிவில் பல்வேறு பரிசுகள் கிடைத்திருக்கின்-றது.

2022 மார்ச் மாதம் பெண்கள் தினத்தை முன்னிட்டு, நான் பிறந்த ஸ்ரீவில்லிபுத்தூரில் 'ஆளுமை பெண்மணி விருது' கிடைத்தது.

'டிராவல்ல ஒரு காதல்...' எனும் திரைப்படத்திற்கு தாரைக்கதை எழுதியிருக்கிறேன்.

இன்னும் நிறைய புதினங்கள் படைக்கவே அவா. உடனிருந்து உற்சாகப்படுத்தும் அனைத்து வாசகர்களுக்கும் என் எழுத்துக்கள் சமர்ப்பணம்.

தொடர்புக்கு rheamoorthy6@gmail.com

நன்றி...

முகவுரை

நிலவின் கனவு - நிலா எனும் இளம் பெண்ணின் கனவுகளோடு தொடர்புடையது. கனவுகள் பலிக்கும் பெண்ணவளின் ஆழ்மன உணர்வுகளே கதைப்போக்கு.

ஒருநாள் அவள் கனவில் கட்டிளங்காளையாய் நாயகனும் வரு-கிறான். அவன்தரும் காதல் தொல்லைகளை நம் நாயகி சரி செய்-யும் முன்பே, இன்னொரு ஆபத்தான கனவும் வந்து தொலைக்கிறது.

இரு கனவுகளின் முடிவில் நிலா என்னவாகிறாள் என்று அறிய ஆவலா? வாருங்கள் கதைக்குள் சென்று பார்க்கலாம்.

1

விண்ணுலகமும் மண்ணுலகமும் இணைந்தார் போன்ற ஓர் இடம் அது. கரு-வண்ண பஞ்சுப் பொதிகளென ஊர்வலம் போன மழை மேகங்களுக்கு இடையில் எண்ணற்ற செஞ்சூரியனும் பூரண நிலவும் ஒரு சேர ஜொலித்துக் கொண்டிருந்தன. வான வில்லை அள்ளித் தெளித்தார் போல மலர்க் குவியல்கள், மழை விழுவ-தைப் போல மேலிருந்து கீழாய் பறந்து வந்து விழுந்து கொண்டே இருந்தன.

அவ்விடத்தில் குண்டு மல்லியினை குப்புறக் கவிழ்த்தது போன்ற பாவாடையும், ரோஜாவின் இதழ்களைப் போன்ற மேலாடையும் அணிந்திருந்த நான், ஈரப்பதம் நிறைந்த காற்றினில் கொலுசொலி சிணுங்கும் படியாக எதையோ தேடிய வண்ணம் வேக வேகமாக சென்று கொண்டிருந்தேன்.

அந்த வெண்ணிற மலர்க்காடு முழுவதும் பளிச்சென்று ஏதோ ஒரு வித்தியா-சமான வெள்ளை ஒளியால் சூழ்ந்திருந்தது. அதன் இறுதி முனையில் வெள்ளை நிற ஆடையோடு ஒருவன் முதுகை காட்டியபடி நின்றிருந்தான். தொலைவிலி-ருந்து பார்க்கையில் அவனது சிகை அலங்காரமும், அவன் நிற்கும் தோரணையும், ஏனோ எனக்கு மிகவும் பழக்கமான ஒருவனுடையது என்று தோன்றிற்று. இன்-னும் சற்று அருகில் செல்லலாம் என நினைத்து மெல்ல மெல்ல சில அடிகள் முன்னால் நகர்ந்தேன். எனக்கு உறுதியாகிவிட்டது, இது அவன் தான்... அவனே தான்... சூர்யா.....

இனி நான் இங்கிருக்க கூடாது, விரைந்து செல்ல வேண்டும் என்ற முடிவோடு வந்த வழியே நான் திரும்பி நடக்க முனைந்தேன். ஏனோ என்னோடு வர விருப்-பம் இல்லாததைப் போல என் கால்கள் இரண்டும் அவ்விடத்தில் வேர் விட்டு நின்றிருந்தன. மண்ணோடு ஒன்றிய கால்களை எத்தனை முயன்றும் என்னால் பெயர்த்து எடுக்க முடியாது போனது.

அதுவரை என் பக்கமிருந்து அவன் பக்கமாய் வீசிக்கொண்டிருந்த தென்றல் காற்று, இப்போது எப்படியோ அவன் பக்கமிருந்து என் பக்கமாய் மாறி வீசத் தொடங்கியது. அவன் என்னைப் பார்க்கிறான் என்று என் உள்ளுணர்வு சொல்-லிட, ஆடாமல் அசையாமல் அப்படியே நின்றிருந்தேன் நான். அவன் என்னை

நெருங்கி வருவதற்கு அத்தாட்சியாக என்னை சுற்றி இருந்த காற்றிலிருந்து ஈரப்-பதம் குறைந்து, வெப்பக் காற்றின் உணர்வு அதிகமாகத் தொடங்கியது.

என் அருகில் வந்து நின்ற சூர்யா ஆளுமை நிறைந்த குரலில், "உனக்கத்தான் நான் இவ்வளவு தூரம் வந்தேன், நீ என்னடான்னா என் முகத்தக்கூட பார்க்காம அந்த பக்கம் திரும்பி நின்னா என்ன அர்த்தம் நிலா?" என்றான்.

"........"

நான் பதில் கூற விரும்பாமல் அமைதியாய் இருக்கவில்லை, என்ன வார்த்-தையை உச்சரிப்பது என்றே தெரியாமல், என் தாய் மொழியே மறந்த நிலையில் நாணி கோணி தலை கவிழ்ந்து அமைதியாய் நின்று இருந்தேன். பயத்தில் வெளி-றிய என் முகத்தை பார்க்கையிலேயே, அவனுக்கு என் மனம் படும் பாடு நன்றாக புரிந்திருக்கும் என்று எனக்குத் தெரியும்.

சூர்யா காதல் நிறைந்து வழியும் குரலில், "ஒரு தடவ என் முகத்தப் பாரு நிலா....." என்று அன்பொழுக அழைத்தான் அவன்.

"......."

நான் திரும்பவில்லை, மாறாக என் விழிகள் இரண்டையும் இறுக்கமாக மூடிக் கொண்டேன். எங்கே அவன் விழிகளை நேருக்கு நேராய் நின்று நான் பார்த்-தால் அந்த நொடியே என் உயிர், விழி வழி போய் விடுமோ என்று பயம் வரும். இப்போது என்றில்லை, அவன் விழிகளை பார்த்து பேசிடும் திராணி எனக்கு எப்-போதுமே இருந்தது கிடையாது.

'அவன் அடுத்து என்ன சொல்ல போகின்றானோ?!.' எனும் திகைப்போடு நான் நிற்க, என்னிலை புரிந்தவனோ என்னை மிக மிக நெருங்கி நின்றான். என் உயிர் உருக்கும் திறன் பெற்ற அவன் வாசம், என் நாசி எல்லாம் நிறைந்து நின்-றது.

அது நேரம் வரை என்னை நகர விடாமல் வேரூன்றி இருந்த எனது கால்கள் இரண்டும், என் மேல் இரக்கம் கொண்டு தன் வேர்களை தளர்த்தி இலகுவானது. அடுத்த நொடியே வில்லில் இருந்து புறப்பட்ட அம்பு போல நான் அவனிடமி-ருந்து பாய்ந்து ஓடிட எத்தனித்தேன்.

என்னுள் சிறு அசைவு உருவாகும் முன்பே என் மனம் போகும் போக்கினை அறிந்தவன் போல, அவனது இரு கரங்களும் என் இடையை வளைத்து பிடித்துக் கொண்டது. அவனின் அந்த திடீர் விரல் தீண்டலால் உயிர் உறைந்த சிலையென நான் நிற்க, என்னை இன்னும் சோதனைக்குள்ளாக்க நினைத்தான் என்னவன்.

என் இடது செவியினுக்கு அருகில் வந்து முள் போன்ற ரோமங்கள் நிறைந்த தனது தாடையினை மெதுவாய் என் மேல் உரசினான் சூர்யா. அத்தீண்டலுக்கே அங்கமெல்லாம் நடுநடுங்கி அசையவும் துணிவில்லாமல் நான் நிற்க, அந்த ராட்-சஷேனா அனலென கனன்ற தன் மூச்சுக்காற்றை என் தோள் மேல் பாய விட்-

டான். அந்த ஒர் நொடியில் என்னுயிர் உண்மையில் என் உடலோடு ஒட்டிக் கொண்டுதான் இருக்கின்றதா? இல்லை உடனிருக்க அஞ்சி உடலை உதறிவிட்டு பறந்து சென்று விட்டதா என்று என் மனதினுள் விடையில்லா குழப்ப மேகங்கள்.

"நிலா...." என்றவனது போதைக் குரலின் பலனாய், எனது உயிரில்லா உடல் கொஞ்சம் கொஞ்சமாக நான் சொல்லும் பேச்சைக் கேளாமல் அவன் பால் சாயத் தொடங்கியது.

என் உடல் முழுதாய் அவன் பக்கம் சாயும் முன்பு, "என்ன விடு சூர்யா... நான் போகணும்..." என்றபடி அவன் கைகளில் இருந்து விடுபட்டு ஓடிவிட முயன்றேன்.

கரைகண்ட மீனாய் துள்ளினேன்... அனலிடை இட்ட புழுவாய் துடித்தேன்... அன்னையை இழந்த குழந்தையாய் தவித்தேன்... என் உடல் கொண்ட போராட்-டத்திற்கு பதில் கிடைத்தது. அவன் மெதுவாய் என்னை விடுவிக்கத் தொடங்கி-னான்.

இடைவெளி கிடைத்த மகிழ்ச்சியில் விருட்டென அவன் வசம் இருந்த உடலை உருவிக் கொண்ட என்னால், என் வலது கரந்தனை அவன் பிடியிலிருந்து காப்-பாற்ற முடியவில்லை. எதிர்பாரா நொடியினில் அவன் என்னை இழுக்க, இடறி விழுந்தேன் அவன் மார்பு தன்னில். விழுந்த கணத்தினை உடல் உணர்ந்திடும் முன்பே, எலும்புகள் நொறுங்கும் அளவிற்கு இறுக்கமான ஒரு அணைப்பு, என் உடலுக்கு இலவச இணைப்பாக கிடைத்தது.

உயிரும் உடலும் தனித்தனியாய் பிரிய இயலுமா என்று எவரேனும் கேட்டால், நான் இந்தத் தருணத்தில் முடியும் என்றுதான் விளக்கம் சொல்வேன். அப்படி ஒரு நிலை அது... என் உடலை விட்டு என் உயிர் தனியாக பிரிந்து நின்று எங்களின் இணைவினை வேடிக்கை பார்த்துக்கொண்டு இருந்தது.

இல்லாத குரலை அடிவயிற்றிலிருந்து இழுத்து வந்து, "நான் போகணும்... விடு சூர்யா..." என்று இறைஞ்சினேன்.

என் இறைஞ்சல் தந்த மகிழ்ச்சியில் குறுநகை கொண்ட சூர்யா, "என்ன விட்டு நீ எங்கயும் போகமுடியாது நிலா...." என்று சொல்லியபடி என் இதழினை நெருங்-கத் தொடங்கினான். நான் விடுபட முயன்றதும் வேகமெடுத்தவன் அழுத்தி தந்த அந்த அதிரடி முத்தத்தில், சத்தமில்லாமல் மயங்கி விழுந்தேன் நான்.

கனவு முடிந்ததும் நான் பதறியடித்தபடி கண் விழித்து எழுந்து பார்த்தேன், பத்-திரமாய் என் படுக்கை அறையினுள் தான் இருந்தேன். கண்ட கனவின் தாக்கத்-தால் கழுத்தெல்லாம் வியர்த்து இருக்க, என் கண்களை மீண்டும் மூடவே பயமாய் இருந்தது.

'மீதமிருக்கும் இந்த ராத்திரிப் பொழுதினை நான் எப்படி கடக்கப் போகின்-றேன்?...' என்று நினைக்கவே உள்ளுக்குள் அச்சமாக இருந்தது.

'சூர்யா... நீ மீண்டும் என் வாழ்வில் வரப் போகிறாயா? இத்தனை வருடங்க-ளாக உன் வாழ்க்கையில் எந்த இடையூறும் செய்யாமல், நான் உன்னை விட்டு விலகித்தானே இருந்தேன்?... பிறகு ஏனடா? நம் இருவருக்குமான முன்னாள் சம்பவங்கள் என் அண்ணனுக்கு தெரியவந்தால், அவன் என்னை பற்றி என்ன நினைப்பான்? இறைவா எனைக் காப்பாற்று.....' என என் மனம் கிடந்து அடித்-துக் கொண்டது.

தினந்தோறும் வரக்கூடிய ஒரு சாதாரண கற்பனை உலகமாகிய கனவிற்கு, நான் ஏன் இத்தனை களேபரம் செய்கிறேன் என்று யோசிக்கிறீர்களா? என்னைப் பற்றி தெரிந்து கொண்டால் நீங்களும் என் கவலையின் தீவிரத்தை புரிந்து கொள்ள முடியும்.

நான் நிலா... இளநிலை வணிகவியல் முடித்துவிட்டு தற்காலிகமாய் ஒரு அலுவலகத்தில் பணியாற்றுகின்றேன். சாதாரணமாகவே மனதில் பட்டதை வெளி-யில் சொல்லத் தயங்கும் அளவிற்கு பயந்த சுபாவம் நிறைந்த பெண் நான். நான் இரண்டு வயது ஆகும் வரையில், எங்களின் குடும்பம் டெல்லியில்தான் இருந்த-தாய் அம்மா சொன்னார்.

நாங்கள் டெல்லியில் இருக்கும் பொழுதே எனது அப்பா இறந்துவிட்டார், அதன்பின் சொந்த ஊராகிய சென்னைக்கு திரும்பிய எங்களுக்கு அன்னையே தந்தையாகிப் போனார்.

அப்போதைக்கு அப்பா சேர்த்து வைத்திருந்த சேமிப்பு தொகையாலும், சிலபல பரம்பரைச் சொத்துக்களாலும், மற்ற சொந்த பந்தங்களின் உதவியாலும், நானும் என் அண்ணனும் பட்ட படிப்பை எந்த பிரச்சனையும் இன்றி படித்து முடித்து ஒரு நல்ல வேலையில் சேர்ந்தோம். கடமை முடிந்ததாலேயோ என்னவோ, கடந்த சில மாதங்கள் முன்பு எங்கள் அன்னையும் எங்களை விட்டுப் பிரிந்து இறைவனடி சேர்ந்து விட்டார்.

அம்மாவின் இழப்பிலிருந்து என்னை மீட்டு வந்தது என் அண்ணன் விஷ்வா-தான். அவன் எனக்கு அண்ணன் மட்டுமல்ல என் மனதை நன்றாக புரிந்து வைத்-திருக்கும் ஒரு நண்பனும் கூட. அவசியமான நேரத்தில் அதிகாரம் செய்வானே அன்றி பெரும்பாலான நேரங்களில் அனுசரணையான அன்னையைப் போலவே நடந்து கொள்வான்.

எங்களுக்கு ஓரளவு சேமிப்பும், சென்னையின் மத்திய பகுதியில் பெரிய வீடும் இருப்பதால், நெருங்கிய சொந்தங்களில் முறைப் பெண்கள் வைத்திருக்கும் அனைவரும், திருமண வயதில் நிற்கும் விஷ்வாவை திருமணத்திற்காக நெருக்கடி கொடுக்க ஆரம்பித்துவிட்டனர். ஆனால் என் அண்ணனோ எனக்கான கடமை-களை முடித்த பிறகு தான் தன் வாழ்க்கையை துவங்குவதென்ற முடிவில் மிகவும் உறுதியாய் நிற்கின்றான்.

இந்த வருடம் முடிவதற்குள் எனக்கு திருமணமும் இன்னபிற செய் முறைகள் அனைத்தையும் செய்வித்துவிட்டு, அடுத்த வருடம் தனது திருமணத்தை நிகழ்த்திக் கொள்ளலாம் என்ற யோசனையில் அவன் இருப்பது எனக்கு ஓரளவு நன்றாகவே புரிகின்றது. அதற்காக மாப்பிள்ளை பார்க்கும் படலத்தை சென்ற மாதம் முதல் துவங்கி விட்டான்.

சோம்பல் நிறைந்த இடம் சாத்தானின் தொழிற்கூடம் என்பது என் தாய் எங்-களுக்கு எப்போதும் சொல்லும் அறிவுரை. அந்த உள்ளுணர்வின் தாக்கத்தால் படித்த படிப்பிற்கு கிடைத்த வேலையை பார்த்துக்கொண்டு பொழுதை நகர்த்துகி-றேன் நான்.

தினமும் காலை இருவரும் எங்களுடைய இருசக்கர வாகனத்தில் அலுவலகம் கிளம்பி விடுவோம். மாலையில் நான் வந்து சேர்ந்த சில நிமிடங்களில் அண்-ணனும் வீட்டிற்கு வந்து விடுவான். வீட்டு வேலைகளை ஆளுக்குப் பாதியாகப் பிரித்துக் கொள்வோம். அண்ணனுடைய சம்பளப் பணம் சேமிப்பாகவும், என்னு-டைய சம்பளப் பணம் குடும்ப செலவுகளுக்கும், இன்னபிற வெளிச் செலவுகளுக்-கும் என திட்டம் போட்டு நகர்கிறது எங்கள் வாழ்க்கை.

இப்பொழுது எனது அண்ணன் விஷ்வாவும், என் அலுவலகமும் மட்டுமே என் உலகம். அன்பான அண்ணன், அளவான சேமிப்பு, ஆர்ப்பாட்டமில்லாத அழகு என்று வெளியிலிருந்து பார்ப்பவர்களுக்கு நிறைவான வாழ்க்கை வாழும் எனக்கு, வெளியில் சொல்ல முடியாதபடி ஒரு சாபம் இருக்கின்றது....

அந்த சாபம் என்னவென்றால், என் கனவில் வரும் அத்தனையும் நிஜத்திலும் நடக்கும்....

2

என் கனவில் வரும் அத்தனையும் நிஜத்திலும் நடக்கும்....

வரமென்று வரவேற்க வேண்டிய ஒன்று, எப்படி சாபமாகும் என்கிறீர்களா? எனக்கு பத்து வயது இருக்கும் பொழுது, எங்களின் பக்கத்து வீட்டில் வசித்த அத்தைக்கு குழந்தை பிறந்தது. அக்கம் பக்கத்தினர் எனும் நட்பு ரீதியில் குழந்தைக்கான அத்தியாவசிய பொருட்களோடு, அதைப் பார்க்க நானும் என் அம்மாவும் அவர்கள் வீட்டிற்கு சென்றோம்.

பால் வண்ணத்தில் சின்னஞ் சிறு குழந்தை ஒன்று, பனி படர்ந்த ரோஜாவைப் போன்று பளபளக்கும் ஈர இதழ்களுடன், பொக்கை வாய் திறந்து என்னைப் பார்த்து சிரிக்க, அதன் அழகில் சொக்கிப் போனேன் நான். அழுது அடம்பிடித்து அம்மாவிடம் சிறப்பு அனுமதி வாங்கி அன்று முழுவதும் அக்குழந்தையோடே களித்தேன்.

அன்று இரவு என் கனவில் அந்தக் குழந்தைக்கு காய்ச்சல் வருவதைப் போலவும், அந்த காய்ச்சலின் வீரியம் தாங்காத குழந்தை வலிப்பு கண்டு இறந்து விடுவது போல கனவு வந்தது. அந்த வயதில் எனக்கு மகப்பேறின் மகிழ்ச்சி பற்றியும், மரணத்தின் வலிகள் பற்றியும் எந்த விவரமும் தெரியாது.

பின் விளைவுகளைப் பற்றி சிறிதும் உணராமல் மறு நாள் அதிகாலையே நான் பக்கத்து வீட்டு அத்தையிடம் ஓடிப்போய், "அத்த... உங்க குட்டித்தம்பி உங்க கூட ரொம்ப நாள் இருக்காது, அது சீக்கிரமே சாவப்போவுது..." என்று வெள்ளந்தியாய் சொல்லிவிட்டு வந்து விட்டேன்.

அடுத்த இரண்டு வாரங்களில் நான் சொன்னது போலவே அந்த குழந்தை காய்ச்சல் கண்டு இறந்து விட்டது. ஆனால் அந்த மரணத்திற்கான பழியும் பாவமும் என்மீது திரும்பிவிட்டது!...

நான் சொன்ன வாய் முகூர்த்தம் பலித்துப் போனதாலேயே அந்த குழந்தை இறந்து போனதாகச் சொல்லி, பக்கத்து வீட்டு அத்தையின் உறவுக்காரர்கள் அத்தனை பேரும் எங்கள் வீட்டு வாசலில் ஒன்று கூடி சண்டையிட தொடங்கினார்கள். கிட்டத்தட்ட மூன்று மணி நேரத்திற்கும் மேல், காதால் கேட்க முடியாத

வார்த்தைகளால் நடு ரோட்டில் நின்று வசை பாடினார்கள்.

ஆண் துணை இல்லாத வீடு, சிறு குழந்தைகள் இருக்கும் வீடு என்றெல்லாம் அந்த அறிவாளிகளுக்கு ஏனோ அன்று தெரியாமல் போனது. அன்றைய சம்பவத்தில் என் காதில் வந்து விழுந்த வார்த்தைகளால், விவரம் தெரியாத சிறுமியாகிய எனக்குள் பல கேள்விகள் தோன்றின.

அன்று இரவு அச்சத்தில் நான் என் அன்னையை இறுக அணைத்துக் கொண்டு, "ஏம்மா... அவங்க சொல்லுற மாதிரி நான் பேயாம்மா? நான்தான் நம்ம அப்பாவ முழுங்கிட்டேன்னு அவங்க சொன்னாங்களே, என்னாலதான் நம்ம அப்பாவும் செத்து போனாரா? நான் எல்லாரோட உயிரையும் குடிக்கத் தான் பொறந்து இருக்கேனாம்மா?" என்று நான் கேட்ட கேள்விகளில் என் அம்மா மொத்தமாய் நொறுங்கிப் போனார்.

பதில் வார்த்தை சொல்ல முடியாமல், வாயை பொத்திக் கொண்டு விம்மி அழுத என் அம்மாவின் முகம் என்னை நொறுக்கிப் போட்டது. பகலில் அவர்கள் சொன்னதெல்லாம் உண்மைதான் என்று என் இள நெஞ்சில் பதிந்து விட்டது.

நான் அம்மாவின் முகம் பார்த்து, "அப்டின்னா என்ன காட்டுக்குள்ள, இல்ல வேற எங்கேயாவது கொண்டு போய் விட்டுருங்க அம்மா. இல்லன்னா என்னைக்காவது நான் உங்களையும் அண்ணனையும் முழிங்கிடுவேன்."

அம்மா விம்மலோடு, "அப்டியெல்லாம் இல்ல நிலா... நீ.. நீ என் குல சாமி தந்த வரம்டி..." என்று என்னை தேற்ற முயன்றார்.

"இல்லம்மா, நான் சாமி தந்த பாப்பா இல்ல. அந்த அத்தை சொன்ன மாதிரி பேய், என்னாலதான் அத்தையோட குட்டி தம்பி செத்துப் போச்சு."

"இல்லடா நிலா... அது உன்னோட தப்பு இல்லடி கண்ணு, அது சாமியோட தப்பு. அந்த குட்டித் தம்பி உண்மையிலேயே உடம்பு சரி இல்லாம தான் செத்துப்போச்சு..."

"அப்புறம் ஏம்மா எனக்கு குட்டி தம்பி சாவும்னு முன்னாலேயே கனவுல வந்தது?... அப்போ வேற யாராவது என் கனவுல வந்தா அவங்களும் செத்துப் போயிடுவாங்களாம்மா? அப்பாவும் அப்டித்தான் செத்தாராம்மா? என் கனவுல நீங்க, அண்ணன் வந்தா நீங்களும் செத்து போயிடுவீங்களாம்மா? நீங்க இல்லனா என்ன யாரு பாத்துப்பா? சினிமால வந்த மாதிரி என்ன பேய்னு சொல்லி இந்த ஊரவிட்டே அடிச்சி விரட்டிடுவாங்களா அம்மா? எனக்கு ரொம்ப பயமா இருக்குதுமா..."

அதற்கு மேல் தாங்க மாட்டாமல் உடைந்து நொறுங்கிய என் அம்மா, "ஐயோ... நீ பேயெல்லாம் இல்லடி... என் தங்கம், என் தேவதை, என் உசுருடி நீ..."

"அப்புறம் ஏன்மா பக்கத்து வீட்டு அத்தை என்ன பேய்னு சொல்லி திட்டுனாங்க?"

"அவங்களோட குட்டித்தம்பிய சாமி திரும்ப வாங்கிடுச்சு, அந்த வருத்தத்தில் என்ன சொல்றதுன்னு தெரியாம உன்னப்பத்தி தப்பு தப்பா சொல்லிட்டாங்க. நீ அதை எல்லாம் மனசுல வச்சுக்காதடி தங்கம்..."

"அப்புறம் நான் என்ன செய்யனும்?"

"பேசாம இதுதான் கடவுள் உனக்கு கொடுத்த வாழ்க்கைனு நெனச்சுக்கோ. இனிமே நீ எந்தக் கனவையும் யாருக்கும் சொல்ல மாட்டேன்னு அம்மாவுக்கு சத்தியம் பண்ணுடா தங்கம்..." என்று நிலாவிடம் சத்தியம் வாங்கிக்கொண்டார்.

தந்தை இல்லாத வீடு என்று யாராவது மூக்கு காது வைத்து பேசக்கூடும், அது பெண் பிள்ளையாகிய என் எதிர் காலத்தையே பாதித்து விடும் என்று நினைத்தே என் அம்மா அன்று அப்படி ஒரு முடிவிற்கு வந்து இருந்தார்.

சிறுமியாகிய நான் ஏற்கனவே வாசலில் நின்று சத்தம் போடுபவர்களைக் கண்டு மிரண்டு இருந்ததாலும், என் அம்மாவின் கலங்கிய விழிகளை காணப் பொறுக்காததாலும் 'நீ அழுவாதம்மா... நான் இனிமே என்னோட கனவ பத்தி எப்பவும் யாருகிட்டவும் சொல்ல மாட்டேன்ம்மா!...' என்று என் அன்னையிடம் அன்று சத்தியம் செய்து கொடுத்து விட்டேன்.

நாட்கள் நகர்ந்தது... கனவுகள் பலித்தது... நான் உண்மைகள் தெரிந்தும் ஊமையாகிப் போனேன்...

நிகழப்போவது முன்கூட்டியே தெரிந்திருந்தும் சில துஷ்ட சம்பவங்களை தவிர்க்க முடியாத நிலையில் என்னை நிற்க வைத்த ஒன்றை, என்னால் வரமென்று கருத இயலுமா? எனில் எனக்கு இறைவன் அளித்தது சாபம் தானே? இவ்வளவு பெரிய புவியினில் இத்தனை மனிதர்கள் வாழும் தேசத்தில் எனக்கு மட்டும் ஏன் இப்படி ஒரு சாபம்?

எனக்கு வரும் கனவுகள் உங்கள் கனவுகளை விட விசித்திரமானவை. அவை தினமும் வருவது கிடையாது... இரண்டு மாதங்களுக்கு ஒரு முறை, மூன்று மாதங்களுக்கு ஒரு முறை என்ற வீதத்தில் மட்டுமே வரும்.

என் கனவுகள் மற்றவர்களைப் போல காலையில் துயில் எழுந்ததும் மறந்து போகும் கனவுகளாகவோ, ஒன்றுக் கொன்று தொடர்பில்லாத சம்பவங்களாகவோ தோன்றிடாது. ஒரு முழு நீள படம் பார்த்தது போல, நினைவிலேயே இருக்கும்டியாக, அக்கனவுகள் தெள்ளத் தெளிவான தொடர்கதையாய் தோன்றிடும்.

கடந்த இருபது வருடங்களாய் என்னைச் சுற்றி வாழும் மனிதர்களைப் பற்றி நிறைய கனவுகள் வந்து சென்றிருக்கின்றது. எனக்கு மிக மிக நெருங்கிய உறவுகளுக்கு மட்டும், அதுவும் நல்ல கனவுகளாய் வந்தால் மட்டுமே நான் சம்பந்தப்பட்டவர்களுக்கு சூசகமாய் தெரிவிப்பேன்.

அதுவும் என் கனவு பலிக்கும் என்பதை சொல்லாமல், 'இன்று அதிகாலையில் வந்த கனவு, நல்ல செய்திக்காக காத்திருங்கள்...' என்று மட்டும் சுருக்கமாக தெரி‌வித்து விட்டு நகர்ந்து விடுவேன்.

அப்படிப்பட்ட நல்ல கனவுகள் வருடத்திற்கு ஒரு முறையோ, இரு முறையோ வருவதால் பெரும்பாலும் எவரும் இதுவரை என் மீதும் என் கனவின் மீதும் கவனம் செலுத்தவில்லை.

தீய கனவுகள் வந்தால், அக்கனவில் சம்பந்தப்பட்டவர்களின் பெயரில் கோவி‌லில் ஒரு அர்ச்சனை செய்துவிட்டு அவர்களுக்காக அனுதாபப்படுவதோடு என் எல்லை முடிந்துவிடும். கொடும் கனவுகளை தாங்கும் வல்லமையை, காலம் எனக்‌குள் எப்போதோ புகுத்திவிட்டது. நானும் இந்த சூழ்நிலையில் வாழ பழகி விட்‌டேன்....

'ஆனால் இன்றைய கனவு?! உண்மையிலேயே அது சூர்யாவா?! அவன் மீண்டும் என் வாழ்வில் வரப் போகின்றானா?' என்று தான் கண்ட கனவு மீண்டும் மீண்டும் அவளுக்கு ஞாபகம் வர, நிலாவின் சப்த நாடியும் அடங்கிப் போனது. அருகில் இருந்த தலையணையை ஆதரவாய் இறுக்கி அணைத்தபடி, காக்‌கும் கடவுள் அந்த கந்தனின் சஷ்டி கவசத்தினை பாடிக் கொண்டே உறங்கிப் போனாள் நிலா.

"அம்மாடி நிலா....." என்று விஷ்வா அழைக்கும் குரல் கேட்டு கண்விழித்‌தவள், வெளியே விரவி இருந்த வெளிச்சத்தைப் பார்த்ததும், அரக்கப் பரக்க எழுந்து தனது அறைக் கதவைத் திறந்தாள்.

"எழுந்திரிக்கலையாடா? மணி ஏழாகப் போகுது பாரு.... இந்தா நிலா காஃபி... குடிச்சுட்டு சீக்கிரமா குளிச்சுட்டு வாடா, நான் தக்காளி சாதம் செஞ்சு வைக்கி‌றேன்" என்றபடி அவன் அடுப்பங்கரைக்குள் சென்று விட்டான் விஷ்வா.

அவர்களின் அம்மா கற்றுத் தந்த நல்ல விஷயங்களில் ஒன்று ஆண் பெண் இருவரையும் சமமாக பாவித்து வளர்த்தது. ஆதலாலேயே நிலாவின் அண்ணன் விஷ்வாவும் சிறு வயதிலிருந்து வீட்டு வேலைகளை நன்கு செய்யப் பழகி இருந்‌தான்.

பொதுவாக நான் அதிகாலை ஆறு மணிக்கே எழுந்து, நல்ல பிள்ளையாய் அண்ணனோடு சேர்ந்து பாதி சமையல் வேலைகளை செய்து தருபவள் தான். ஆனால் இன்று வந்த கனவின் பரிசாய் சரியாக உறங்காது உளன்று, நேரம் தெரி‌யாமல் ஏழு மணி வரை உறங்கி விட்டேன். இனி நான் அதைப் பற்றி யோசித்து எந்த பயனும் இல்லை, அண்ணனது உத்தரவிற்கு இணங்கி அடுத்த பத்து நிமி‌டத்திலேயே கடகடவென தயாராகி டைனிங் டேபிளுக்கு வந்து நின்றேன்.

என்னுடைய சிவந்த விழிகளை பார்த்தே விஷயத்தை ஓரளவு யூகித்திருந்த விஷ்வா, "என்னம்மா மறுபடியும் ஏதாவது கெட்ட கனவு வந்துச்சா?" என்றான்.

பதில் பேசாது வெறுமனே 'ஆம்...' என்று தலையை ஆட்டினேன் நான்.

விஷ்வா, "சரி நீ கவலப்படாதடா... வழக்கம் போல ஆபீசுக்கு போக முன்-னால நீ கோவிலுக்கு போய் நல்ல சாமி கும்பிடு, எல்லாம் சரியா போயிடும்..." என்றான்.

நிலா குரலில் வலுவில்லாமல், "சரிண்ணா...." என்றாள்.

விஷ்வாவிற்கு சந்தேகம் வராதபடி பேருக்கு எதையோ கொறித்து விட்டு, அண்ணன் தந்த லஞ்ச் பேக்குடன் ஆபீஸுக்கு கிளம்பிவிட்டாள்.

இல்லாத தெய்வங்களை எல்லாம் துணைக்கு அழைத்துக் கொண்டு இரண்டு தெரு தள்ளி இருக்கும் முருகன் கோவிலுக்கு சென்றாள் நிலா. எப்போதும் சுவா-மியின் பெயருக்கே அர்ச்சனை செய்பவள் இன்று பய மிகுதியால் தன் பெயருக்கு தானே அர்ச்சனை செய்து கொண்டாள். தன்னை அவனிடமிருந்து எப்படியாவது காப்பாற்றும்படி ஒரு நீண்ட கோரிக்கை பத்திரத்தை சந்நிதி சந்நிதியாய் நின்று வாசித்து விட்டு, மனம் ஆறியதும் அலுவலகம் கிளம்பிச் சென்றாள்.

எல்லாம் சரியாக போய்க்கொண்டு இருக்கிறது எனும் தன்னிலை சமாதானத்-தோடு பணியில் மூழ்கி இருந்தவளுக்கு பதினோரு மணியளவில் அண்ணனிடம் இருந்து அழைப்பு வந்தது.

விஷ்வா, "நிலா...."

"சொல்லுண்ணா....."

"இன்னிக்கி மதியத்துக்கு மேலே உன்னால லீவு எடுக்க முடியுமா நிலா?"

"எதுக்குண்ணா?"

"ஒண்ணுமில்லம்மா... நம்ம சூர்யா ஃபாரின்ல இருந்து வந்துட்டானாம், நம்மள பாக்குறதுக்கு ஈவ்னிங் நம்ம வீட்டுக்கு வர்றேன்னு சொன்னான்."

"...."

"நிலா......"

".........."

"ஹலோ.... நிலா.... நிலா...."

3

சூர்யா.... என் பதின்ம வயதில் எனக்கு பழக்கமானவன். என் அண்ணனின் ஆரு-யிர் தோழன். என் அம்மாவிற்கும் அண்ணனிற்கும் பிறகு என் மேல் அதீத அன்பு காட்டுபவன். நாங்கள் மூவருமே சிறு வயது முதலே ஒரே பள்ளிதான். பள்ளி-யில் பயிலும் காலங்களில் என் அண்ணனைப் பார்க்க அடிக்கடி எங்கள் வீட்டிற்கு சூர்யா வருவான். அப்போதெல்லாம் எனக்கு மட்டும் ஸ்பெஷலாக ஒரு சின்ன சாக்லேட் வாங்கிக் கொண்டுதான் வருவான்.

நான் ஒரே ஒருமுறை எனக்கு சிக்கன் பிரியாணி பிடிக்கும் என்று சொல்லிய காரணத்தால், தன் வீட்டில் எப்பொழுது பிரியாணி செய்தாலும் எனக்கு மட்டும் தனியாக எடுத்து கொண்டு வந்து தருவான். ஆரம்பத்தில் அதை எல்லாம் சாதாரண அக்கறை, அண்ணனின் மீது இருக்கும் நட்பின் ஆழத்தால் நமக்குக் கிடைக்கும் கவனிப்பு என்று நினைத்த நான், பருவ வயதை அடைந்த பிறகு தடம் புரளத் தொடங்கினேன்.

என் வயதிற்கு இது காதலா கானலா என்றெல்லாம் பாகுபாடு பார்க்கத் தெரி-யயவில்லை. ஆனால் அவனைக் கண்டால் அத்தனையையும் மறந்து விடுகின்றேன் என்பது மட்டும் நன்றாக தெரிகின்றது. பொதுவாகவே அறிவு வேண்டாம் என்று சொல்வதைத்தான் மனம் வேண்டும் என்று வீம்பு செய்யும் இல்லையா... என் மனமும் அவன் விஷயத்தில் அவ்வழியே.

சூர்யா தன் நடை, உடை, பாவனை என அனைத்திற்கும் எந்த ஒரு பெண் ஏங்கும் படியான வரம் பெற்று வந்தவன். அவன் வார்த்தைகளை உச்சரிக்கும் விதமே மிகமிக ஸ்டைலாக இருக்கும், பள்ளியில் அவன் கை வைக்காத போட்-டிகளே கிடையாது, ஆதலாலேயே அவன் ஆசிரியர்கள் அனைவருக்கும் செல்லப் பிள்ளை. அதேபோல் நண்பர்கள் வட்டத்தில் மிகவும் குறும்புக்காரனும் அவனே...

வகுப்பு நேரத்தில் முன் இருக்கை நண்பர்களின் முதுகினில் விரலால் கோல-மிட்டு விளையாடுவான். சொல்லாமல் கொள்ளாமல் மற்றவர்களின் உணவுப் பைகளை களவாண்டு செல்வான். வகுப்புத் தேர்வுகளில் நண்பர்கள் பிட் அடித்து எழுதுவதற்கு உதவி செய்வான். ஒரு பெண் எழுதுவது போல மொட்டை கடுதாசி

எழுதி, அதை நண்பர்களின் புத்தகத்தினுள் மறைத்து வைத்து விளையாடுவான்.

அப்படி ஒரு முறை அவன் என் அண்ணனுக்கும் காதல் கடிதம் எழுதி வைத்-துவிட்டான். அந்தக்கடிதம் எவருக்கும் தெரியாமல் இப்பொழுது வரை என் பொக்-கிஷ பெட்டியினுள் பத்திரமாய் உறங்கிக் கொண்டிருக்கின்றது.

அவன் ஆடை அணிவதிலும், தலை வாரிக் கொள்வதிலும் எப்போதும் ஒரு நேர்த்தி இருக்கும், அந்த நேர்த்தியினை விரும்பியே பல பெண்கள் அவனை சுற்றி வருவதுண்டு. இருந்தும் அவன் எவளையும் திரும்பிக்கூட பார்ப்பதே கிடை-யாது. சூர்யாவை நெருங்கிப் பழகும் உரிமை, நிலா ஒருத்தியைத் தவிர வேறு எந்த பெண்ணிற்கும் கிடையாது என்பது அவனைத் தெரிந்தவர்கள் அத்தனை பேரும் அறிந்த செய்தி.

அந்தப் பெருமை ஒன்றிற்காகவே அவன் செய்யும் அத்தனை தகிடுதத்த வேலைகளுக்கும் நானும் ஒத்துழைப்பேன். பள்ளியில் கேட்டதாகச் சொல்லி அவன் தன் அம்மாவை ஏமாற்றி பணம் வாங்குவதற்கு அவன் பக்கத்து சாட்சியாவேன் நான். நண்பர்களின் பொருட்களை மறைத்து வைத்து போக்கு காட்டுவதற்கு புகலி-டமாவேன். இதே போல பல நேரங்களில் சிறுமி என்ற காரணத்தாலேயே என்னை பகடைக் காயாக்கி, மற்றவர்களிடம் தன் காரியங்களை சாதித்து கொள்வான் அந்-தக் கள்வன், தெரிந்தே அவனுக்கு பகடையாவேன் நான்...

அத்தனை தூரம் நான் செயல்படக் காரணம், அவன் எனக்கு அளிக்கும் முன்னுரிமை. விளையாட்டு போட்டிகள் நிகழும் நாட்களில், மாணவிகள் கூட்டத்-தில் எங்கோ ஓர் மூலையில் இருக்கும் என்னை பார்த்தவுடன் புருவம் உயர்த்தி, கையசைத்து அவன் சிரிக்கும் அழகு இருக்கின்றதே. அடடா!... அதைக் கண்ட-தும் என் உள்ளம் எத்தனை தூரம் பசலை கொள்ளும் என்பதை நான் மட்டுமே அறிவேன்.

'அனைவருக்கும் இருப்பதைப் போன்ற அழகான விழிகள் தானடா உனக்கும்? அதைக்கொண்டு என் உயிர் அறுக்கும் வைக்கும் வித்தையை எங்கு போய் கற்று வந்தாயடா?...' என்று அவன் செவிகளில் எட்டும்படியாக அப்பொழுதே கத்தி சொல்ல வேண்டும் போல உள்நாக்கு துடிக்கும். பெண் என்ற நாணமும், இருக்கும் இடமும் என் உணர்வுகளை கட்டிப் போட்டுவிடும்.

விடுமுறை நாட்களில் அவர்களின் ஆஸ்தான அரட்டை அரங்கம் எங்கள் வீட்டு மாடிதான். என் அண்ணனும் அவனும் காரணமே இல்லாமல் விதண்டா-வாதம் செய்யும் பொழுது, நியாயம் கேட்பதற்கு என்னிடம்தான் வருவார்கள் இரு-வரும்.

அப்போது அவனின் கம்பீரமான குரலை குறும்பு தவழும்படி மென்மையாக்கி, என் காதருகில் வந்து ரகசியமாய் பேசும் நொடிதனில், எனக்கு இந்த உலகே மாய லோகமாய் மாறி விட்டாய் தோன்றிடும். அந்த மயக்கத்திலேயே என் தீர்ப்பு

அவன் பக்கம் சாய்ந்து விடும்.

பள்ளி மைதானத்து மரத்தடியில், அவன் தனது நண்பர்களோடு பொய்ச் சண்டை போடும் நேரம், தன் வலது கையினை அதிகமாய் ஆட்டி பேசிடுவான். என்னிடம் எவரேனும் வம்பு செய்தால் அவர்களுக்கான பனிஷ்மெண்டு பகுதியும் அவ்விடம்தான்.

அப்போதெல்லாம் அவன் வீராவேசத்தோடு வாதிட்டுக் கொண்டிருக்க நானோ, 'அவன் வலது கையில் அசைந்தாடும் அந்த வெள்ளை நிற காப்பிற்கு பதிலாக, நான் அங்கே இருந்திருக்கக் கூடாதா? காலம் முழுவதும் அவன் கைகளிலேயே அடைக்கலமாய் இருந்திருக்கலாமே!!!...' என்று ஏங்கிக் கொண்டிருப்பேன்.

இப்படி இலை மறை காயாக பல வருடங்களுக்கு பொத்தி பொத்தி வளர்த்த என் காதலை, அவன் மேற்படிப்பிற்காக வெளிநாடு செல்கின்ற செய்தி கேட்டு உடைத்து வெளிப்படுத்த வேண்டிய சூழ்நிலை நேர்ந்தது. என் மனதிலிருந்த காதலை எல்லாம் கவிதை வடிவில் எழுதி அவன் கையில் கொடுத்தேன்.

புதுப் பள்ளியின் முதல்நாள்;
புரியாத வார்த்தை பேசி,
என்னை எவனோ சீண்டிட,
கை முறுக்கி நீ என்முன் நின்றதும்,
உனை காதல் கொண்டேனடா....
ரெட்டை ஜடை ரிப்பன் கட்டி ,
குட்டைப் பாவடையில் நான்வர,
நக்கலாய் சிரித்தபடி,
நகம் கடிக்கும் உனைக்கண்டு,
உனை காதல் கொண்டேனடா....
கொஞ்சும் சங்கத் தமிழ் பேசி,
பேச்சுப் போட்டியில் வென்றதும்,
கைகுலுக்கி நீ வாழ்த்த,
என் கை தீண்டிய நொடியதில்,
உனை காதல் கொண்டேனடா.....
ஓட்டப் பந்தயத்தில் ஓடிய நீ,
ஒரடிக்கு முன் வீழ்ந்துவிட்டு,
தோல்வி கவலை துளியின்றி,
நாக்கைத் துருத்தி சிரித்ததில்,
உனை காதல் கொண்டேனடா....
கணவனாய் எனக்கு நீ வரவே,
கணபதிக்கு வேண்டி வைத்து,

உள்ளங்கையில் உன் பேரெழுதி,

உலகறியாது பொத்தி வைத்து,

உனை காதல் கொண்டேனடா....

எரியும் தணலென சூரியனே,

என்னருகில் நீ வந்தாலே,

நின் காதலு ரைக்கவென கருதி,

கோடி முறை கனா கண்டு ஏங்கி,

உனை காதல் கொண்டேனடா....

நீ சொல்லாததை நான் சொல்கிறேன்,

உனை காதல் கொண்டேனடா....

பொருளில்லா கவிதை என்றாலும் என்னவனுக்காக நான் முதல் முதலாக எழுதியிருந்த கவிதை அது. அதைப் பார்த்ததும் அவனுக்கு என் மனம் புரியும் என்று நினைத்து ஆசையில் நான் இருக்க, அவனோ கொஞ்சம் கொஞ்சமாய் இறுக்கமானான்.

சூர்யா, "என்னதிது நிலா?...." என்று கேட்ட கோபமான வார்த்தைகளிலேயே நான் கொண்டிருந்த நம்பிக்கை எல்லாம் தூள்தூளாகிப் போனது.

இல்லாத உயிரினை இழுத்துப் பிடித்து, திக்கி திணறிய குரலில், "நான் உன்ன விரும்புறேன் சூர்யா...." என்றேன். என் விழிகளில் கோர்த்திருந்த கண்ணீரைக் கண்டதும், அவன் முகத்தில் இருந்த இறுக்கம் சற்று விலகியது.

அவன் மிக மிகப் பொறுமையாய், "இங்க பாரு நிலா, நான் உன் அண்-ணனோட பிரண்ட். உன் அண்ணன் உனக்கு எப்படியோ, அதே மாதிரி தான் நானும் உனக்குனு இத்தன நாளா நான் நெனச்சுகிட்டு இருந்தேன். அந்த எண்-ணத்துதலான் நான் அவன மாதிரியே உன்கிட்ட உரிமை எடுத்துகிட்டேன்..."

"........"

"இதுவரைக்கும் உன் மேல எனக்கு விஷ்வாவோட தங்கச்சிங்கிறதத் தாண்டி வேற எந்த தனிப்பட்ட அபிப்பிராயமும் தோணவே இல்ல. அப்பா இல்லாம உங்-கம்மா தனியாளா உன்னையும் உன் அண்ணனையும் வளர்க்கிறதுக்கு எவ்வளவு கஷ்டப்பட்டாங்கன்னு என்ன விட உனக்கு நல்லா தெரியும். அவங்க என் மேல காட்டின பாசத்துக்கு பதில் உபகாரமாத்தான் நானும் உன் மேல பாசம் காட்டி-னேன்."

'எனில் நீ காட்டிய பாசமும், உரிமையும் மற்றவர்களுக்காக செய்தது தானா? என் மேல உனக்கு எந்த வித ஈடுபாடும் கிடையாதா?....' என்று என் உள் மனம் குமுறி அழும் சத்தம், என் அருகிலேயே நிற்கும் அவனது செவிகளுக்கு கேட்டி-ருக்கவில்லை....

"தயவு செஞ்சு இன்னொரு முறை, இதே நினைப்போட என் முன்னாடி வந்து நிக்காத நிலா... அது நம்ம ரெண்டு பேரோட உறவுக்குமே அசிங்கம்..." என்றவன் என்னைத் திரும்பியும் பாராமல் சென்றுவிட்டான்.

அந்த ஒரு நொடிக்காக நான் என்னை பல வருடங்களாய் தயார் செய்து கொண்ட உண்மையை, முதுகை காட்டியபடி நடக்கும் அவன் அறிந்திருக்க வாய்ப்பில்லை. இனி அதை விளக்கிச் சொல்லி, என் மனதை அவனுக்கு புரிய வைக்கும் மனோ திடமும் எனக்கு இல்லை.

ஆனால், 'அவனுக்கு என் மேல் உண்மையான அன்பு இல்லை, மற்றவர்க-ளுக்காக மட்டுமே அன்பு காட்டி இருக்கின்றான்...' என்பது மட்டும் என் மனதில் பசுமரத்தாணியாய் பதிந்துவிட்டது. அவரவர் பாதையில் இருவரும் பிரிந்துவிட்-டோம்....

என் அனுமதியின்றி நாட்கள் நகர்ந்து கொண்டே இருந்தது. அவன் வெளி-நாட்டு படிப்பினை வெற்றிகரமாக முடித்துவிட்டு அங்கேயே ஒரு வேலையிலும் சேர்ந்தான். அடுத்த சில நாட்களிலேயே தன் குடும்பத்தையும் தான் பணிபுரியும் நாட்டிற்கே கொண்டு சென்று விட்டான். அம்மா இறந்ததும், இங்கே அண்ணனும் நானும் எங்களுக்கென ஒரு வாழ்க்கை முறையினை உருவாக்கி வாழப் பழகிக் கொண்டோம்.

எத்தனை வருடங்கள் கடந்தாலும், அவனால் உண்டாகிய காதலின் வீரியம் மட்டும் என்னுள் மாறவே இல்லை, வேறு எவரும் நுழைந்திடாதபடி என் இதயம் இறுக மூடிக்கொண்டது. அவனது நினைவு வரும் போதெல்லாம், 'அவனுக்கும் எனக்கும் இடையே எதுவுமில்லை' என்று நானே எனக்கு பலமுறை கூறிக்கொண்-டேன்.

நான் என்னதான் என் அறிவெனும் அஸ்திரம் கொண்டு கடிவாளம் கட்டி போட்டாலும், இந்த பாவப்பட்ட மனது என்னையும் மீறி அவனை எண்ணிக் கொண்டு நிற்பதை என்னால் தடுக்க இயலவில்லை.

அதனால் தானோ என்னவோ என் அண்ணன் பார்த்து வைத்த மாப்பிள்-ளைகளின் பட்டியலை இப்பொழுது வரை என்னால் எடுத்துக்கூட பார்க்க முடி-யயவில்லை. நான் வாய் திறந்து சொல்லாமலேயே என் மனம் புரிந்தது போல, என் அண்ணன் அடிக்கடி 'யாரையாவது விரும்புகிறாயா நிலா?' என்று அடிக்கடி வினவ ஆரம்பித்து விட்டான்.

"சே... சே... அப்டியெல்லாம் எதுவுமில்ல அண்ணா... நீ யார கை காட்டி-னாலும் எனக்கு சம்மதம்தான், திடீர்னு கல்யாணம்னதும் மனசுக்குள்ள கொஞ்சம் பயம் அவ்ளோதான். நீ பார்த்து முடிவு பண்ணு அண்ணா, எதுவா இருந்தாலும் எனக்கு ஓகே..." என்றொரு வார்த்தையில் மாப்பிள்ளை பிரச்சனைக்கு முழுக்கு போட்டு விட்டேன்.

என்னை அறிந்த என் அண்ணனிடம், இன்னும் எத்தனை நாளைக்கு இதே பொய்யைச் சொல்லி மழுப்ப இயலும் என்று எனக்குத் தெரியவில்லை, இருந்தும் இன்று வரை இதே யுத்தியைத்தான் நான் தொடர்கின்றேன்.

'இது முட்டாள் தனம், இத்தனை ஆண்டுகளுக்குப் பிறகு நான் ஒருத்தி இருப்-பதே சூர்யாவிற்கு நினைவில் இருக்காது. அப்படியே நினைவு இருந்தாலும் அவன் இந்தியாவிற்குத் திரும்பி வரப் போவது இல்லை. அவன் இந்தியாவிற்கு திரும்பி வந்தாலும் அவனைப் பார்த்து என் காதலை உணர்த்திடும் வலிமையும் என் இதயத்தினுக்கு வரப்போவது கிடையாது. அப்படியே நான் என் மனதில் அடைந்து கிடக்கும் எனது தூய்மையான காதலை உணர்த்த முயன்றாலும் அதனால் எனக்கு கிடைக்கப்போவது அவமானம் மட்டுமே...' என பலவித மாயத்திரைகளை எனக்கு நானே போட்டுக்கொண்டு, என் வாழ்நாட்களை வலுக்கட்டாயமாக இழுத்துச் சென்று கொண்டிருந்தேன்.

இந்நிலையில் தான் இந்த திடீர் கனவும், கூடவே அவன் வருகையின் அறி-விப்பு.

'அன்று போனவன் இன்று எங்களைத்தேடி வரக் காரணம் என்ன?' எனும் என் சிந்தனையை கலைக்கும் விதமாய் அண்ணன் மீண்டும் தொடர்பு கொண்-டான்.

எனக்கு அப்போது அண்ணனிடம் என்ன பேசுவது என்றே தெரியவில்லை, ஆனால் இம்முறையும் காலை அட்டர்ன் செய்யாமல் தவிர்த்தால் அண்ணன் நிச்-சயமாக என் அலுவலகத்திற்கு கிளம்பி வந்து விடுவான் என்று மட்டும் தெளிவாக தெரிந்தது.

நிலா முடிந்த வரையில் தன் குரலை சரி செய்துக்கொண்டு, "ஹலோ...." என்-றாள்.

விஷ்வா, "என்னம்மா கால் கட் ஆயிடுச்சு, எதும் சிக்னல் ப்ராபளமா?"

"ஆங்.... ஆமாண்ணா...."

"சரி, நீ மதியத்துக்கு மேல வீட்டுக்கு வர்றியாம்மா, லைட்டா ஒரு ட்ரீட் ரெடி பண்ணுவோம்."

"ட்ரீட்டா? எதுக்குண்ணா?"

"சூர்யாவுக்கு கல்யாணமாம்டா..."

4

காதல் என் வாழ்வில் கற்றுக்கொடுத்த சென்றதெல்லாம் ஆறாத காயங்கள் மட்டுமே. இப்போது மீண்டும் ஓர் முறை அக்காயங்களை அனுபவிக்கச் சொல்லி ஆண்டவன் எனக்கு ஆணை இடுவதைப் போல அவன் திருமணச் செய்தி...

என் மனம் படப்போகின்ற பாடு புரியாமல் விஷ்வா, "சூர்யாவுக்கு கல்யாண-மாம்டா..." என்றான் அகமகிழ்வோடு.

அந்த செய்தியைக் கேட்ட அடுத்த நொடியே என் உலகம் நின்று விட்டதை போல, எனைச் சுற்றி வெளிச்சமாய் ஒரு வெறுமை சூழ்ந்து விட்டது.

"சூர்யா தன்னோட கல்யாணத்துக்கு நம்மள இன்வைட் பண்றதுக்காக ஈவ்னிங் நம்ம வீட்டுக்கு வறேன்னு சொன்னான். அவங்கூட அவன் கல்யாணம் பண்ணிக்-கப் போற பொண்ணும் வரும் போல இருக்குது, அதான் வீட்ல நீயும் இருந்தா நல்லா இருக்குமேன்னு...." என்று முடிக்கும் முன்,

நிலா, "இல்லண்ணா... இன்னிக்கி எனக்கு இங்க வேலை கொஞ்சம் ஜாஸ்-தியா இருக்குது. நீங்க அவங்கள வீட்டுக்கு கூட்டிட்டுப் போய் பேசுங்க, நான் முடிஞ்சா சீக்கிரம் வரப் பாக்குறேன். முடியலன்னா சாவகாசமா இன்னொரு நாள் அவங்கள பாத்துக்குறேன்..." என்று அண்ணனுடைய பேச்சினுக்கு ஒரு முற்றுப் புள்ளி வைத்து முடித்து விட்டாள்.

விஷ்வா சங்கடமாய், "ஓ... அப்டியாம்மா. அவன் உனக்கும் சேர்த்து இன்வி-டேஷன் கொடுக்கணும்னு ஆசைப்பட்டான்."

அன்றொரு நாள் சூர்யா, 'தயவு செஞ்சு இன்னொரு முறை, இதே நினைப்-போட என் முன்னாடி வந்து நிக்காத நிலா... அது நம்ம ரெண்டு பேரோட உறவுக்-குமே அசிங்கம்....' என்று சொன்ன வார்த்தைகள் என் நினைவுகளில் படமெடுத்து ஆட, என் அண்ணனிடம் என்னால் எந்த பதிலும் சொல்ல முடியவில்லை.

என் மௌனம் நீள்வது கண்டதும் இறுதியில் விஷ்வாவே மனம் மாறி, "சரி பரவாயில்ல நிலா, நான் அவன பார்த்து பேசிக்கிறேன். நாங்க வெளியில் எங்-கேயாவது ஒரு ரெஸ்ட்டாரன்ட்ல மீட் பண்ணிக்கிறோம். ரொம்ப நாள் கழிச்சு மீட் பண்றதால என்ன சீக்கிரம் விடுவானான்னு தெரியல, மே பி நான் நைட்டு வீட்-

டுக்கு வர முன்னப்பின்ன ஆகலாம். நீ வீட்டுக்கு போனதும் எனக்கு ஒரு மெசேஜ் பண்ணிடு, பாத்து ஜாக்கிரதயா இரும்மா...." என்றான்.

"சரிண்ணா... நான் பாத்துக்குறேன்..." என்று தொடர்பை துண்டித்தவளுக்கு சூர்யாவின் இரக்கமில்லா இச்செய்கையை நினைத்து இதயம் முழுவதும் பற்றி எரிந்தது.

பொங்கி வரும் அழுகையை கட்டுப்படுத்த இயலாமல் இயன்றவரையில் தன் மூச்சினை இழுத்துப் பிடித்துக்கொண்டு வேலையில் கவனம் செலுத்த தொடங்-கினாள். இரண்டு மணி நேரம் கடந்து இருக்கும் பொழுது நிலாவின் செல் போனிற்கு, அவளுடைய அலுவலகத்தின் ரிசப்ஷன் எண்ணிலிருந்து ஓர் அழைப்பு வந்தது.

நிலா யோசனையோடு, "ஹலோ..." என்றாள்.

வாயிற் பகுதியில் இருக்கும் ரிசப்ஷனிஸ்ட், "மிஸ் நிலா... உங்கள பாக்குற-துக்கு ஒரு விசிட்டர் வந்திருக்காங்க..." என்றாள்.

நிலா, "என்ன பாக்குறதுக்கா?...."

"எஸ் மேம்...."

இது அவனாய் இருக்குமோ என்ற சந்தேகம் எழ, தனது கருநிற வானவில் புருவங்களைச் சுளித்து யோசித்தவள் மெதுவாய், "யாரு வந்திருக்கா?..." என்-றாள்.

"பேரு சூர்யானு சொன்னாரு மேம்..." என்றாள்.

நிலாவிற்கு, 'தான் நிற்கின்ற இடத்திலேயே புதைந்து போய் விடக் கூடாதா?....' எனுமளவிற்கு உயிர் உறைந்து போனது.

ரிசப்ஷனிஸ்ட், "ஹலோ... ஹலோ..." என்று இங்கு இல்லாத என் உயிரினைத் தொடர்பு கொள்ள முயன்றாள்.

நிலா, "ஹான்... அது வந்து... எனக்கு ஒரு உதவி செய்ங்களேன், அவருகிட்ட நான் இங்க இல்லனு சொல்றீங்களா ப்ளீஸ்?" என்று இறைஞ்சிக் கொண்டிருந்-தாள்.

ரிசப்ஷனிஸ்ட்டோ தர்ம சங்கடமாய் ஒரு பொய்ச் சிரிப்பை உதிர்த்துவிட்டு, "மேம் அவரு என் பக்கத்துல தான் நிற்கிறாரு... உங்களுக்கு மீட்டிங் இருக்குதா? முடிய எவ்ளோ நேரமாகும்? ஒ... மூணு மணி நேரமாகுமா? ஓகே... ஓகே... சரி நான் அவர்கிட்ட சொல்லிடறேன் மேம்..." என்று வரிசை வாரியாய் கேள்விக-ளையும் பதிலையும் அவளே சொல்லிவிட்டு தொடர்பினை துண்டித்தாள்.

நிலா, "ஷ்ப்பா...." என்று பெருமூச்சு விட்ட அடுத்த நொடி மீண்டும் அவளின் செல்போன் அலறத் தொடங்கியது.

இம்முறை ரிசப்ஷனிஸ்ட் கெஞ்சும் குரலில், "மேம்... இவரு போக மாட்டேங்-கிறாரு...." என்றாள்.

"என்னது?..."

"அவரு ஏதோ இன்விடேஷன் வைக்கத்தான் வந்திருக்காராம், நீங்க ஒரு ரெண்டு நிமிஷம் வந்துட்டு போனாலே போதும்னு சொல்றாரு. நீங்க வர லேட்-டாகும்னு சொன்னா சாயங்காலம் வரைக்கும் இங்கேயே வெயிட் பண்ணுவேன்னு சொல்றாரு, தயவு செஞ்சு வாங்க மேம்..."

இதற்கு மேல் சப்பைக்கட்டு கட்ட இயலாது என்று நிலாவின் சிந்தைக்கு எட்-டியதும், அவள் மூச்சை இழுத்துப் பிடித்து இதயத்தை திடப்படுத்திக் கொண்டு, "சரி வர்றேன்..." என்றாள்.

எந்த நாளை.. எந்த நொடியை.. எந்த தகவலை... என் வாழ்வில் தெரிந்து கொள்ளவே கூடாது என்று நினைத்தேனோ, அது இன்னும் சில நிமிடங்களில் நான் நினைத்ததை விட கொடூரமாக என்முன் நிகழ இருக்கின்றது. அவன் திருமண அழைப்பு மடலை, இன்முகத்தோடு நான் எனது கைகளில் வாங்கிக் கொள்ள வேண்டுமாம்! எத்தனைக் கொடியவன் இந்த இறைவன்?!

'இந்தச் சூழ்நிலையை நீ நிச்சயமாக எதிர்க்கொள்ள வேண்டுமா? இப்படியே உலகில் ஏதாவது ஒரு மூலைக்கு ஓடி விடலாமா?...' என்று இதயம் கேட்க,

மூளையோ, 'நீ எங்கு சென்றாலும் நாளை உன்அண்ணன் ஏன் ஓடி ஒளிந்-தாய் என்று உன்னை நிற்க வைத்து கேள்வி கேட்பான். அப்போது உன் கடந்த கால காதலை நீயே அண்ணனிடம் கூறும்படி கதையாகிவிடும். அதற்கு பதி-லாக இப்போதே மரியாதையாய் சென்று இரண்டு நிமிடம் பேசிவிட்டு வந்துவிடு...' என்று பதில் உரைத்தது.

இதயம் மூளை இரண்டுக்கும் இடையில் சிக்கி சின்னாபின்னமாகிக் கொண்டி-ருந்தேன் நான்.

'நடப்பது நடக்கட்டும், துணிந்து எதிர்கொள்வேன் நான். இதுவரை எத்-தனையோ பிரச்சினைகளை பார்த்தவள் இந்த நிலா... இன்றைய பொழுதினை சமாளிக்க இயலாதா?' என்று இதயமும் மூளையும் செய்த பட்டிமன்றத்திற்கு முற்-றுப்புள்ளி வைத்துவிட்டு, அலுவலகத்தின் ரிசப்ஷன் ஏரியாவிற்கு சென்றேன்.

நினைவில் என் மனதை ஆட்கொண்ட ஒருவன், நிஜத்தில் இன்னொருத்தியை ஆட்கொள்ள போகின்றான் எனும் செய்தியை அவன் வாயால் சொல்லப் போகி-றான். என் செவியால் அதைக்கேட்ட பிறகும் என் முகத்தை சாந்தமாக வைத்துக் கொண்டு, 'என் மனமார்ந்த வாழ்த்துக்கள்' என்று சொல்லப் போகின்றேன்.

இதோ வந்துவிட்டது என்னவன் அமர்ந்திருக்கும் இடம்... கனவில் வந்தவன் என் கண் முன்னால், தன் முதுகை காட்டியபடி என் வரவை அறியாமல் அமர்ந்-திருந்தான். இத்தனை வருடங்களுக்குப் பிறகும், மாறாத அவன் சிகை அலங்கா-ரம் இன்னமும் அப்படியே இருந்தது...

இவ்வளவு நேரம் நான் கொண்டிருந்த உறுதி அனைத்தும் உடைந்து போக, 'சூர்யா...' என என் அடிமனம், தன்னிச்சையாய் அவன் பெயர் சொல்லி அழைத்-தது. அதை அவன் செவிகள் இரண்டும் கேட்டது போல, சடாரென்று தன் இருக்-கையிலிருந்து திரும்பிப் பார்த்தான்.

குழந்தை முகம் மறைந்து, மெல்லிய தாடி வளர்ந்து ஆண்மை நிறைந்த முக-மாய் மாறி இருந்தது. அன்றைய அரும்பு மீசை, இன்று அவன் கட்டுப்பாட்டையும் மீறி அத்தனை அழகோடு முறுக்கிக் கொண்டு விரைத்து நின்றது. முருங்கைக் காயைப் பொல் மெலிதாய் இருந்த அவனின் தோள்கள் இரண்டும் சதைப் பற்-றோடு வலுவான புஜங்களாய் உருக் கொண்டிருந்தன. காந்தப் பார்வை, ஆளை மயக்கும் புன்னகையென்று மொத்தமாய் மாறிப் போயிருந்தான் சூர்யா.

ஒரே நொடியில் பார்வைகள் இரண்டும் நேருக்கு நேர் மோதிக் கொள்ள, அடுத்த நொடியே நிலா தன் விழியைத் தரையை நோக்கித் தாழ்த்தி இருந்தாள்.

சூர்யா, "ஹாய் நிலா... ஆளே மாறிப்போயிட்ட..." என்று சொல்லிக்கொண்டே எழுந்து என் அருகில் வந்து நின்றான்.

அவனது இயற்கையான வாசனையை மறைக்கும்படி, ஏதோ உயர்ரக செயற்கை திரவியத்தினை அள்ளித் தெளித்துக் கொண்டு வந்திருப்பதை, இரண்-டடி தூரத்திலிருந்தே என்னால் உணர முடிந்தது.

சூர்யா, "மேடம் ரொம்ப பிஸியோ?..."

ஒரு நொடி மறந்து போய் தலை நிமிர்த்தி, "ஹான்?... என்ன?..." என்று கேட்டுவிட்டு பார்வைகள் இரண்டும் மோதியதுமே, மீண்டும் தலை குனிந்து கொண்டேன்.

"இல்ல.. மீட்டிங்னு சொன்னாங்க..."

"ம்... ஆமா... மீட்டிங் போயிட்டு இருக்கு... சீக்கிரம் போகனும்..."

"இன்டெரக்ட்டா எதுக்குடா என்ன தொல்ல பண்றன்னு சொல்ற..."

"சே... சே... அப்டியெல்லாம் இல்ல..." என்று எதேச்சையாய் நான் தலை நிமிர அங்கே மீண்டும் ஒரு பார்வை மோதல்.

"ஓகே மேடம், புரியுது. இந்தாங்க, என்னோட மேரேஜ் இன்விடேஷன்..." என்று கட்டாயப்படுத்தி என் கையில் ஒரு கவரினை திணித்தான்.

அதைக் கையில் வாங்கியதும் நான் நிற்கின்ற இடத்தில், ஏசிக் காற்றினையும் மீறி சூடு அதிகமானதை போல் உணர்ந்தேன். 'நெருப்பில் நிற்பது' என்று பலரும் சில நேரங்களில் சொல்வார்களே, அது இதுதானோ?

அவன் என் பதில் மொழிக்காக காத்து நிற்பது தெரிந்ததும், மெல்லிய குரலில், "தேங்க்யூ... மை பெஸ்ட் விஷ்ஷெஸ்..." என்றேன் வேண்டா வெறுப்போடு.

"தேங்க் யூ" என்று கூறிக்கொண்டே தன் வலது கையை நீட்டினான், தர்ம சங்கடமாய் நானும் என் கரந்தனை அவன் முன் நீட்டினேன்.

என்ன நினைத்தானே, என் கையை அழுத்தமாய் பற்றிக் கொண்டு கை குலுக்கினான்.

"என்ன நியாபகம் வச்சு இன்வைட் பண்ணினதுக்கு நான்தான் தேங்க்ஸ் சொல்லனும்" என்று கூறிவிட்டு, வலுக்கட்டாயமாய் என் கையை அவனது பிடியிலிருந்து விடுவித்துக் கொண்டேன் நான்.

"ஒரு தடவ இன்விடேஷன ஓப்பன் பண்ணி பாரு நிலா..." என்று என்னை சீண்டினான்.

"இல்ல... நான் அப்புறமா பாக்குறேன்."

"ம்...."

"நீங்க எதுக்கு இவ்வளவு தூரம் அலஞ்சுகிட்டு? எனக்குரிய இன்விடேஷனையும் என் அண்ணன் கையிலேயே கொடுத்திருக்கலாம்ல. தேவையில்லாம எதுக்கு கஷ்டப்பட்டு..." என்று நான் முடிக்கும் முன்பாக,

சூர்யா முந்திக் கொண்டு, "எனக்கு உன்ன ஸ்பெஷலா இன்வைட் பண்ணனும்னு தோணுச்சு நிலா, அதான்."

"ஓ.... சரி ஓகே, எனக்கு டைம் ஆச்சு, நான் உள்ள போறேன்."

"கல்யாணத்துக்கு கண்டிப்பா வந்துடு நிலா... என்னோட வைஃப் கிட்ட உன்ன பத்தி நிறைய சொல்லி இருக்கேன். அவ உன்ன கண்டிப்பா பாக்கணும்னு சொன்னா..." என்றதும் கழிவிரக்கத்தில் எனக்கு ஓவென்று கதறி அழ வேண்டும் போலிருந்தது.

அலுவலகத்தில் அனைவருக்கும் முன்னால் அழ முடியுமா? அழுவதெற்கென்றே அரை நாள் விடுப்பு எடுத்துக் கொண்டு நிலா வீட்டிற்கு சென்றாள். தனது படுக்கையில் போய் பொத்தென்று விழுந்தவள், தன் மனம் கொண்ட குறை தீரும் மட்டும் வாய் விட்டு அழுது தீர்த்தாள்...

'நீ ஏண்டா இப்படி பண்ற? இத்தனை வருஷத்துல ஒரு தடவையாவது நீ நல்லா இருக்கியா இல்லையான்னு நான் எட்டி பார்த்திருப்பேனா? அட்லீஸ்ட் உனக்கு ஒரு போன் பண்ணி பேசி இருப்பேனா? நான் உன்னை காதலிச்சதை தவிர, உனக்கு வேற எந்த கெடுதலும் பண்ணலையே...

என் முகத்துல முழிக்காதன்னு நீ சொன்ன பிறகு நான் உன் போட்டோவைக்கூட பாக்கலையே! அப்புறமும் ஏன்டா என்ன தேடி வந்து உன்னோட கல்யாண பத்திரிக்கையை கொடுக்குற? என் மனச கஷ்டப்படுத்தி பாக்குறதுல உனக்கு அவ்வளவு ஆசையாடா?...' என விருப்பம்போல் புலம்பித் தள்ளியவளுக்கு, இறுதியில் தலைவலி வேறு இலவச இணைப்பாய் வந்து ஒட்டிக் கொண்டது.

மாலை நேரம் வந்ததும் தன் ஒட்டு மொத்த மன பாரங்களையும் கரைக்கும் வகையில் சுடு தண்ணீரில் தலை முழுகிவிட்டு, தனக்கு மிகவும் இஷ்டமான கோவிலுக்குச் சென்று சூர்யாவின் பெயரில் ஒரு அர்ச்சனை செய்தாள். அதுதான்

நிலா, அவள் மனமறிந்து யாருக்கும் எந்தத் தீங்கும் நினைக்க மாட்டாள்.

கோவிலுக்குச் சென்றதுமே அலைபாய்ந்து கொண்டிருந்த அவளின் மனம் சற்றே அமைதி கொள்ள, வீடு திரும்பும் வழியில் எதற்கும் இருக்கட்டும் என்று நிறைய தலைவலி மாத்திரைகளை வாங்கிக் கொண்டு வந்தாள். அவன் திருமணம் முடியும் வரையில் அடிக்கடி தேவைப்படும் என்ற நல்லெண்ணம்தான்.

மாத்திரையைப் போட்டுக்கொண்டு தூங்கி எழுந்திட நினைத்து படுக்கையில் விழுந்தாள். இரவு பத்து மணிபோல வீடு திரும்பிய விஷ்வா தன் தங்கை அசதி-யின் காரணமாக உறங்கி விட்டதாக நினைத்துக் கொண்டு, தானும் தன் அறைக்-குச் சென்று விட்டான்.

ஆனால் நிலா உறங்கவில்லை, தனக்கு மிகவும் பிடித்தமான அந்த சுற்றுலா நாட்களை நினைத்து ரசித்துக் கொண்டிருந்தாள்.

5

மனதில் வேதனை மிகுந்திட நேர்ந்தால், வாழ்வில் மகிழ்ச்சியான பக்கங்களை புரட்டிப் பார்த்து, நம்மை நாமே தேற்றிக் கொள்ள வேண்டும் என்பது என் அம்-மாவின் அறிவுரை. அதே முயற்சியில் தான் நான் இப்போதும் இறங்கி இருக்-கின்றேன். என் வாழ்க்கையின் மிக மிக மகிழ்ச்சியான பகுதி என்னுடைய பள்ளிச் சுற்றுலா....

நான் ஒன்பது வகுப்பு பயில்கையில் எங்களுடைய பள்ளியில் சுற்றுலாவிற்கான ஏற்பாடு நிகழ்ந்து கொண்டிருந்தது.

ஒன்பதாம் வகுப்பு மாணவ மாணவிகளை மட்டும் அழைத்துச் செல்வதாய் சொல்லியிருந்தால், தந்தையில்லா பெண் பிள்ளையாகிய என்னை, நிச்சயம் என் அம்மா ட்ரர் செல்ல அனுமதித்து இருக்க மாட்டார்கள். ஆனால் சுற்றுலா அறி-விப்பு ஒன்பதாம் வகுப்பிற்கும், பன்னிரெண்டாம் வகுப்பிற்கும் சேர்த்து வந்திருந்தது. அதன் காரணம் இரு வகுப்பு மாணவர்களும் ஒரே சுற்றுலா தலத்தை தேர்ந்தெ-டுத்தது தான்.

பனிரெண்டாம் வகுப்பில் என் உடன்பிறப்பு விஷ்வா இருப்பதனால் எனக்கு நிச்சயம் இந்த ட்ரருக்கு அனுமதி கிடைக்கும் என்று உள்மனம் அடித்து சொல்லி-யது. வீட்டிற்கு வந்ததும் நல்ல பிள்ளையாக நான் அமைதியோடு இருக்க, என் அண்ணன் விஷ்வாவே ட்ரர் பற்றிய பேச்சை ஆரம்பித்தான்.

விஷ்வா, "அம்மா... எங்க ஸ்கூல்ல ஊட்டிக்கு ட்ரர் கூட்டிட்டு போகப் போறாங்கம்மா..."

அம்மா, "எத்தன நாள்டா?..."

"ரெண்டு நாள் தான்மா, நயந்த்தும், டுவெல்த்தும்... நாங்க போகட்டுமாம்மா..." என்று எனக்கும் சேர்த்தே அண்ணன் கோரிக்கை விடுத்தான்.

அம்மா, "நீ போயிட்டு வர்றதுல எந்த பிரச்சனையும் இல்லை, ஆனா நிலா வீட்டுலயே இருக்கட்டும்..."

என் முகம் வாடியது கண்டு என் அண்ணன், "ஏம்மா அவளும் வரட்டுமே..."

அம்மா, "டேய்... அவ பொம்பள புள்ள டா, போற இடத்துல எப்படி இருக்-குமோ என்னமோ? திடீர்னு வயசுக்கு வந்துட்டான்னா என்ன பண்றது? உடனே தீட்டு கழிக்கணும், அதெல்லாம் உங்க டீச்சருக்கு தெரியாது. மலைப்பக்கம் காத்து கறுப்பு நிறைய இருக்கும், வயசுக்கு வந்த பொண்ணுக்கு ஆகாதுடா. எதுக்கு தேவை இல்லாம ரிஸ்க் எடுத்துக்கிட்டு?" என்றார்.

"ம்மா... என்னம்மா நீங்க ரெண்டுநாள் டூருக்கு இவ்வளவு தூரம் யோசிக்-கிறீங்க? அப்படியெல்லாம் எதுவும் நடக்காது. அவள நான் பாத்துக்குறேன்மா, கூடவே சூர்யாவும் இருக்கப் போறான். அப்புறம் என்னம்மா? இதுக்கு முன்னாடி டூர் அனவுன்ஸ்மெண்ட் வந்த நேரமெல்லாம் பொம்பள புள்ளைய தனியா அனுப்ப பயமா இருக்குன்னு சொன்னீங்க, இப்போ இப்படி சொல்றீங்க. இப்பவும் விட்டுட்டா அடுத்து எப்போ அவ டூர் போவா? ப்ளீஸ் மா... ப்ளீஸ் மா..." என்று அம்மாவை நச்சரித்தே அண்ணன் அனுமதி வாங்கி விட்டான்.

அம்மா ஒத்துக் கொண்டதில் எனக்கு இரட்டிப்பு சந்தோஷம், முதலாவது முதல் முறையாக டூருக்கு செல்வது, இரண்டாவது என்னவனோடு ஊட்டிக்கு செல்வது. அப்போதிருந்தே டூருக்கான ஒவ்வொரு வேலைகளையும் அதீத அக்-கறை எடுத்து செய்து கொண்டிருந்தேன்.

டூர் நாள் அன்று அனைவரும் மகிழ்ச்சியாக பயணப் பேருந்துக்கு காத்திருக்க, நான் அவன் வரவிற்காக காத்திருந்தேன். இதோ வந்துவிட்டான், என் அண்-ணனின் ஆருயிர் தோழன், என் மானசீக காதலன் சூர்யா...

இன்று எனக்கு சுக்கிரதிசை உச்சத்தில் இருக்கிறது போல, எங்கள் வகுப்பு மாணவிகள் ஏறிய பேருந்தில் நிறைய இடம் மீதமிருந்ததாலும், மற்ற வகுப்பின்-ரெல்லாம் மிகச்சரியாக மற்ற பேருந்துகளில் ஏறிவிட்டாலும், கடைசி பேருந்தில் இடமில்லாத பனிரெண்டாம் வகுப்பு மாணவர்கள் சிலரை எங்களோடு ஏற்றினார்-கள்.

ஆசிரியர்களின் அந்த முடிவால் அண்ணனும் அவனின் நண்பர்கள் குழுவும் மொத்தமாய் என் பேருந்தில் ஏறிற்று. அதிலும் அவன் என் பின் இருக்கையில்... இதற்கு மேலும் சொர்க்கம் வேண்டுமா எனக்கு?

ஆசிரியர்கள் அனைவரும் பள்ளியின் சித்தி விநாயகருக்கு பெரும் பூஜையை போட்டுவிட்டு, சுற்றுலா வாகனத்தை கிளப்பினார்கள். என்னவனது அருகாமை-யால் ஏகபோக குஷியோடு நானும் கிளம்பினேன். அவ்வப்போது பின் இருக்-கையை நான் திரும்பி பார்ப்பதை அவன் அறிந்திருந்தாலும், பய மிகுதியால் என் அண்ணனின் அருகாமையைத்தான் தேடுகின்றேன் என்று அவன் நினைத்-துக் கொண்டான்.

பேருந்தின் டிவியில் மெல்லிசைப் பாடல்கள் ஒளிபரப்பப்பட்டதும், பின் இருக்-கையில் இருந்து அவன் பாடும் குரல் எனக்கு மெதுவாய் கேட்டது. இன்றிலிருந்து

இவைகள்தான் என் விருப்பமான பாடல்களாக என் இதயத்தில் இடம் பெறப் போகின்றன, என்பதை அறியாமல் அவன் அவனுக்கு பிடித்த பாடல்களை எல்லாம் பாடிக் கொண்டே வந்தான்.

இரவின் குளிர் தந்த மயக்கமா, அல்லது என் இதயம் கொண்டவனின் குரல் தந்த கிறக்கமா என்று அறியாமல், என்னை மறந்து தூங்கிப் போனேன் நான்.

அடுத்த நாள் நான் கண் விழித்த போது எங்களின் பேருந்து ஊட்டியை நெருங்கியிருந்தது. சென்னையின் சுக்கிர வெயிலுக்கு பழங்கப்பட்டிருந்த என் உடல், இந்த மலைக்காட்டு குளிரை ஏற்க மறுத்து உதறித் தள்ளியது. குளிரை எங்களின் உடல் தாங்கப் பழகிடும் முன்பே, கொண்டை ஊசி வளைவுகள் தன் பங்கு வேலையை செவ்வனே செய்து முடித்தது.

பேருந்து மலைப்பாதையில் முக்கால்வாசி தூரம் கடந்திருந்த பொழுது, பேருந்தில் முக்கால்வாசி பேர் கிறக்க நிலைக்குச் சென்று இருந்தனர். இனி இப்படியே பயணித்தால், மற்றவர்களுக்கும் ஒட்டுவாரொட்டி போல வாந்தி வரத் துவங்கி விடும், என உணர்ந்திருந்த வயது முதிர்ந்த ஆசிரியர் ஒருவர், தற்சமயம் பேருந்தை ஒரு ஓரமாய் நிறுத்தும் முடிவிற்கு வந்தார்.

ஆசிரியர், "ஸ்டூடன்ட்ஸ், எல்லாரும் இறங்கி கொஞ்சம் ரிலாக்ஸ் பண்ணிக்கோங்க. வெளியில பாத்ரூம், டிக்கடை, ஸ்னாக்ஸ் கடை, கூடவே உங்க பிரெண்ட்ஸ் எல்லாம் நிறைய இருக்கு..." என்று சொல்லிவிட்டு சிரித்தார்.

அதாவது நிறைய குரங்குகள் வெளியே இருக்கின்றன, என்று சூசகமாய் தெரிவிக்கின்றாராம்.

"அரை மணி நேரம்தான்டா பிரேக், அதுக்குள்ள எல்லாரும் மறுபடியும் இங்க வந்துடனும். தனியாவோ, ரொம்ப தூரமோ போயிடாதீங்க, பஸ் ஜன்னல் எல்லாத்தையும் நல்லா க்ளோஸ் பண்ணிட்டு இறங்குங்க..." என்று ஏகப்பட்ட அறிவுரைகளை அள்ளி தெளித்த பிறகே, எங்களை இறங்கிட அனுமதித்தார்.

பேருந்தின் கதவுகள் திறக்கப்பட்டதும் அவிழ்த்துவிட்ட கன்று குட்டிகளைப் போல அனைவரும் துள்ளித் தாவி வெளியே ஓடி வந்தோம். என்னை அருகில் காண வான் மேகமே தரை இறங்கி வந்து விட்டதைப் போல, அதிகாலை நேரத்து பனிக்காற்று என்னை நெருங்கி வந்து தொட்டு தழுவிச் சென்றது. அந்தத் தழுவலின் குளிர் தாளாமல் ஒரு நொடி உடல் சிலிர்த்து போனேன் நான்.

சூடான ஏலக்காய் டீயும், சுவையான பிரட் ஆம்லெட்டும், குளிருக்கு இதமான வரப்பிரசாதமாக அங்கே கடைகள் எங்கிலும் குவிக்கப்பட்டு இருந்தது. என் அண்ணன் விஷ்வாவும், சூர்யாவும் தமது நண்பர்கள் குழுவோடு ஒரு கடையை முற்றுகையிட்டனர். புதுவித உணவினை உடனடியாக ருசி பார்த்து விடும் பொருட்டு எல்லாக் கடைகளிலும் ஆண் பிள்ளைகளே அணிவகுத்து நின்றதால், பெண் பிள்ளைகள் தற்சமயம் இயற்கை ருசியினை தேடிச் சென்றோம்.

நானும் மற்ற பெண் தோழிகளோடு இணைந்து, மலையின் ஏற்ற இறக்கங்களை ரசித்துக் கொண்டிருந்தேன். குளிரில் நடுங்கிய கால்கள் நடை தளர்ந்து தள்ளாடிய நேரத்தில், திடிரென்று என் இடது தோளில் சூடான ஒரு கை பட்டது.

என் உள்மனம் உரக்க சொல்லிற்று இது அவன்தான் என்று...

சூர்யா, "நிலா... இந்தா ஏலக்கா டி... டேஸ்ட் பண்ணி பாரு, செமயா இருக்கு. நீ குளிர் தாங்க மாட்டியாமே, அதான் விஷ்வா குடுத்துட்டு வர சொன்னான்... உனக்கு பிரட் ஆம்லேட், சிப்ஸ், பிஸ்கட் இல்ல வேற ஏதாவது ஸ்னாக்ஸ் வேணுமா நிலா, அங்க விஷ்வா அடுத்த ஆர்டர் கொடுக்க போறான், உனக்கு புடிச்சத சொன்னா சேர்த்து வாங்கிட்டு வருவோம்" என்றான் அக்கறையாய்.

அவனே தன் கைப்பட வாங்கிக் கொண்டு வந்து, என் கையில் தரத் தயாராக காத்திருக்கும் பொழுது, அதை மறுத்திட நான் என்ன முட்டாளா?

நான் கொஞ்சம் தயக்கம் நிறைந்த குரலில், "குளிர் ரொம்ப ஜாஸ்தியா இருக்கு சூர்யா, சூடா ஏதாவது ஸ்னாக்ஸ் சாப்பிட்டா கொஞ்சம் நல்லா இருக்கும்னு தோணுது. அங்க காலிபிளவர் ரோஸ்ட் இருக்குதா?"

"ம்... பக்கத்து கடையில இருக்குறத பார்த்தேன், இரு ரூ மினிட்ஸ்ல வாங்-கிட்டு வந்து தரேன்..." என்று சென்றவன் சொன்னதை போலவே இரண்டு நிமி-டங்களில் வந்தான்.

காலிப்பளவரின் சூடு பொறுக்காமல் அதை இடக்கையிலும் வலக்கையிலும் மாற்றி மாற்றி பிடித்தபடி வருபவனைக் கண்டு எனக்கு சிரிப்பு சிரிப்பாய் வந்தது. என் அருகில் வந்து நின்றதும் நான் சிரித்துக் கொண்டே என் வலது கையை அவனை நோக்கி நீட்டினேன்.

சூர்யா, "என்ன சிரிப்பு? ரொம்ப சுடுது தெரியுமா... எனக்கே இப்படின்னா நீ எப்படி இத கையில பிடிப்ப?" என்றான்.

நான் அவன் சட்டை பாக்கெட்டில் நீட்டிக் கொண்டிருந்த சில டிஷ்யூ பேப்-பர்களை எடுத்து என் கையில் விரித்து வைத்து, இப்போது என் கையில் அதை வை என்பதை போல கண் ஜாடை காட்டினேன்.

சூர்யா அவமானமாய் தன் பின்னந் தலையை கோதிக்கொண்டே, "அடச்சே... பிரட் ஆம்லெட் கடையில டிஷ்யூ பேப்பர் கொடுத்தாங்க, கடைசியில கை துடைக்க யூஸ் பண்ணிக்கலாம்னு பாக்கெட்ல வச்சேன். அதை சுத்தமா மறந்து போயிட்டேன், இப்படித்தாண்டா சூர்யா நீ அவமானப்படுறது..." என்று வெட்கம் விட்டு புலம்பித் தள்ளினான்.

நான், "விடு விடு... இதெல்லாம் உங்க டிழுக்கு புதுசா என்ன? இந்தா காலிஃப்ளவர் ரோஸ்ட். சூப்பரா இருக்கு, சூடா இருக்கும் போதே சாப்பிடு..." என்று அவன் முன் நீட்டினேன்.

ஏற்கனவே எங்களுக்குள் பகிர்ந்துண்டு பழக்கம் உண்டு என்பதனால், அவன் சங்கோஜம் கொள்ளாமல் ஒரு துண்டு காலிஃப்ளவரை எடுத்து வாயில் போட்டுக் கொண்டான். அடிக்கும் குளிருக்கும் அந்த சூடான சுவையான காலிஃப்ளவர் மிக ருசியாய் தோன்றிற்று.

கண் முன்னால் விரிந்து கிடக்கும் இயற்கை அழகினை வேடிக்கை பார்த்துக் கொண்டே இருவரும் உண்டோம்.

சூர்யா, "உனக்கு வேற ஏதாவது வேணுமா நிலா?"

"வந்து... வாட்டர் பாட்டில்..." என்றதும் என் தலையில் செல்லமாக தட்டிய-வன்,

"ஏன் இப்டி பயப்படுற? வாங்கித் தாடான்னு சொன்னா வாங்கிட்டு வரப் போறேன்..." என்று சொல்லிவிட்டு வாட்டர் பாட்டில் வாங்கி வரச் சென்றான்.

வாட்டர் பாட்டில் வந்ததும் இருவரும் பகிர்ந்து குடித்தோம். சொர்க்கம் போன்-றதொரு இடத்தில் என்னவனோடு நிற்கும் இந்த நிமிடம் என் வாழ்வின் பொக்கி-ஷப் புதையல். நிகழ்வது எல்லாம் கனவா நினைவா என்று அறிய அப்போதைக்கு என் மனம் என் அறிவோடு ஒத்துழைக்க மறுத்து விட்டது. நடுவில் குளிர் காற்று வந்து தேகம் தழுவியதும், நான் மீண்டும் ஒருமுறை உடல் சிலிர்த்து அடங்கி-னேன்.

என் நடுக்கம் பார்த்து பதறிய சூர்யா, "ஹேய்... என்ன இப்டி நடுங்குற? ரொம்ப குளிருதா நிலா?" என்றான் பதற்றம் குறையாமல்.

நான் அணிந்திருந்த உல்லன் வகையறா ஸ்வெட்டர், ஊட்டியின் குளிருக்கு போதுமானதாக இல்லை, என்பதை நான் அறிய மறந்தாலும் அவன் அறிந்திருந்-தான்.

சூர்யா, "நான் லெதர் ஜாக்கெட் கொண்டு வந்திருக்கேன், பஸ்ல ஏறினதும் அத எடுத்து தரேன், டூர் முடியிற வரைக்கும் நீயே அத போட்டுக்கோ..." என்று என் பதிலைக் கூட கேட்காமல், அவன் போக்கில் பேசிக் கொண்டே சென்றான்.

முதன் முதலாக அவன் ஆடையை அணிவதற்கு ஆசையாய் இருந்தாலும், 'அவன் குளிர் தாங்க முடியாமல் தவிப்பானோ?' என்றொரு வருத்தம் வேறு அடி-மனதில் உருவாயிற்று.

என் மனக்குமுறலை அவனிடம் அறிவிக்கும் முன்பே ஆசிரியர் அனைவரை-யும் பேருந்தில் ஏற சொல்லி ஆணை பிறப்பித்து விட்டார். என்னவன் எனக்காக பார்த்து பார்த்து உதவிடும் இந்த நேரத்தை நான் இழக்க விரும்பவில்லை என்று எவ்வாறு மற்றவர்களுக்கு விளங்கவைக்க?

முண்டியடித்துக் கொண்டு அனைவரும் தத்தமது இருக்கையை பிடிக்க முன்-னேறிச் செல்ல எனக்கும் பேருந்தில் ஏற வேண்டிய கட்டாயம். நானும் ஏறினேன், பேருந்து மீண்டும் பயணிக்க தொடங்கியது....

6

பேருந்து ஊட்டியை அடைந்ததும், இதுவரை காணாத ஒரு உலகம் என் கண் முன்னால் விரிந்து கிடந்தது. சீராய் இல்லாமல் ஏற்ற இறக்கங்களோடு இருக்கும் இடத்தில், அடுக்கடுக்காய் வண்ண வீடுகள். முப்பொழுதும் வெளிநாட்டவர், வடநாட்டவர், தமிழ் நாட்டவர் என்று அனைவரும் புழங்கக்கூடிய வித்தியாசமான ஊர் அது.

எங்களின் பேருந்து நேராக சென்று நின்ற இடம் ஊட்டியின் பெருமைக்கு சொந்தமான ரோஸ் கார்டன். வெளியில் லேசான தூரல் தூரவும் நான் என்னவன் தந்த லெதர் ஜாக்கெட்டினை எடுத்து அணிந்து கொண்டேன். அதில் நான் சோளக் கொல்லை பொம்மை போல தோன்றினாலும் நான் இந்த வாய்ப்பை விடுவதாயில்லை.

அடிக்கும் குளிருக்கு அந்த உடை தந்த கதகதப்பு, அவனே என்னை அணைத்திருப்பதுபோல் கிறக்கத்தை தந்தது. ஆடை என் உடலோடு உரசும் ஒவ்வொரு நொடியும், என் உடலில் உறங்கிக் கிடந்த நரம்புகள் ஒவ்வொன்றும் உயிர் கொள்வதாய் உணர்ந்தேன் நான்.

இது என்ன நிலை என்று விவரம் தெரியா பிள்ளையாகிய எனக்கு அப்போது விரிவாக புரியவில்லை. ஆனால் அந்த கதகதப்பை இழக்க என் மனம் சிறிதும் ஒப்பாது என்று மட்டும் என் அறிவிற்கு தெளிவாகப் புரிந்தது.

இதற்குள் அனைவரும் வரிசையாக கார்டனுக்குள் இறங்க ஆரம்பித்து விட்டனர். கிட்டத்தட்ட பத்து ஏக்கர் பரப்பளவிற்கு ரோஜா செடிகள் மட்டுமே அங்கே பூத்துக் குலுங்கிக் கொண்டிருந்தது. ஒவ்வொரு ரோஜாக்களும் இரண்டு கையால் அள்ளும் அளவிற்கு மிகப்பெரிதாய் பூத்திருந்தது.

எவ்வளவு ரசித்தாலும் போதவில்லை என்பதை போலவே அவ்விடத்தில் அழகு கொட்டிக்கிடந்தது. எங்களுக்கு வசதியாய் ஆங்காங்கே போட்டோ எடுக்கும் ஆட்கள் உலவ நான், விஷ்வா, சூர்யா மூவரும் பூக்களின் பின்னணியில் ஒரு புகைப்படம் எடுத்துக் கொண்டோம். அந்த புகைப்படம் இன்றுவரை என் பொக்கிஷப் பெட்டியினுள் புதையலாய்...

அன்று மெல்லிய பனிப் புகையில், ரோஜா கூட்டங்களுக்கு நடுவில், என்னவனோடு நான் நடந்து கொண்டிருந்தேன். விஷ்வாவிற்கு எங்கள் அளவிற்கு பொறுமையும் ரசனையும் இல்லாததால் மற்ற நண்பர்களோடு விளையாட ஆரம்பித்துவிட்டான்.

சூர்யா, "உனக்கு என்ன கலர் ரோஸ் ரொம்ப புடிக்கும் நிலா?"

"ஒயிட் கலர், உனக்கு?"

"எனக்கும் ஒயிட் ரோஸ்தான் புடிக்கும். யோசிச்சு பாரேன், இந்த இடத்துல செடி புல் எதுவும் இல்லாம தரை முழுக்க வெள்ளை கலர் ரோஜாவா இருந்தா எப்டி இருக்கும்?"

"சொர்க்கம் மாதிரி இருக்கும்" என்றேன் நான்...

ஏனோ என்னை ஆழமாக பார்த்தவன், "ஆமா, அப்டி ஒரு இடம் கிடைச்சா, நாம அங்கேயே இருந்துக்கனும்" என்றான் அவன்.

அவன் என்னையும் அவனையும் மட்டுமே குறிப்பிட்டதாய் பொருள் கொண்டேன் நான். அந்த நொடியே அவனது கற்பனைக்கு என் உள்ளம் உயிர் தர, வெள்ளையாய் ஒர் உலகம் என் மனமெங்கிலும் வியாபிக்க ஆரம்பித்தது. அந்த பிம்பம் எத்தனை யுகங்கள் ஆனாலும் என் மனதை விட்டு மறையாது. இப்போதுதான் எனக்கு ஒன்று தெளிவானது. அந்த நினைவுகளின் பாதிப்புதான் இன்று நிழலுருவில் என்னைப் பின் தொடர்கின்றது போலும்.

'இனி அவை எனக்குச் சொந்தமில்லை எனும் உண்மையை, என் உள்ளத்திற்கு நான் விரைவில் உணர்த்தி விட வேண்டும். இல்லையெனில் கஷ்டம் எனக்குத்தான்...' எனும் உறுதியோடு உறங்க தொடங்கினேன், என் உலகமே அவன் தான் என்பதை உணராமல்....

பத்து மணி இருக்கையில் வீட்டு வாசலில் விஷ்வா பைக்கினை நிறுத்தும் சப்தம் கேட்டது. அவன்தான் என்பதை வாட்ஸ்அப் மெசேஜ் மூலம் உறுதி செய்து விட்டு மீண்டும் என் சிந்தனை ஓட்டத்தை தொடர்ந்தேன். சூர்யாவின் விஷயத்தில் பல உறுதிமொழிகளை எடுத்துக் கொண்டிருந்த நான் எப்போது உறங்கினேனோ எனக்கே தெரியாது...

நள்ளிரவில் நான், "அம்மா....." என்று அலறி அடித்துக் கொண்டு எழுந்து அமர்ந்தேன்.

என் கனவில் ஆழியெனும் அமைதித் தாய், மீண்டும் ஒருமுறை வெகுண்டெழுந்து தன் ஆதங்கத்தை வெளிப்படுத்தி ஆளுமை செய்யும் சுனாமி பேரலை வந்து சென்றிருந்தது....

கனவெங்கிலும் மரண ஓலங்கள், புவியே பிரளயப்பட்டது போன்ற கோலங்கள். ஆழி தன் அன்பான அலை நீர் வருடலை விடுத்து அரக்க குணத்தோடு வெகுண்டெழுந்து, தன் கோரப் பசி தீரக்க, அலையெனும் அகப்பை வாய்த் திறந்து

கொண்டு பாய்ந்து வந்தாள். புவியின் சமநிலை மாற்றத்தால் சுனாமி அலை மேலெழ, நிமிட பொழுதுக்குள் சென்னையின் கால் பாகம் கடலால் சூழப்பட்டது.

கடற்கரையை ஒட்டியிருந்த மிகப்பெரிய கட்டடங்கள் எல்லாம் அலையின் வேகத்தில் இடிந்து நொறுங்கி நீரினுள் மறையத் தொடங்கின. அதனை அடுத்து அமைந்திருந்த பகுதிகளில் சிறுகச் சிறுக கட்டிடங்களும், கார்களும், தார் பூசிய சாலை பாதைகளும், பெரும் பாலங்களும் ஒன்றன் பின் ஒன்றாக கடல் அரக்கி- யின் வசம் சென்று கொண்டிருந்தது.

வேர்த்து ஒழுகிய படி அரக்கப் பறக்க விழித்தெழுந்தேன் நான்....

நேற்று கண்ட சூர்யாவின் கனவை விட இந்தக் கனவின் தாக்கம் என்னை மிகவும் பாதித்திருந்தது. எத்தனை உயிர்கள்? எப்படிக் காப்பது? நான் கனவில் வந்ததெனச் சொன்னால் யார் என்னை நம்புவார்கள்? முன்னேற்பாட்டு நடவ- டிக்கைகள் எடுத்தாலுமே இப்படிப்பட்ட பேரழிவை எப்படி நம் மாணுட சக்தியால் தடுக்க இயலும்? எனக்கு ஏன் இப்படி ஒரு கனவினை தோற்றுவித்தாய் இறைவா? இனி என்ன செய்வேன்? என்று தலையை இறுகப் பிடித்தபடி அமர்ந்து அழத் தொடங்கி விட்டேன்.

என் அலறல் சத்தம் கேட்டு, பாதித் தூக்கத்திலிருந்து எழுந்து ஓடி வந்த விஷ்வா, "ஏய்... நிலா... என்ன ஆச்சு? கதவத்தெற....." என்று என் அறை வாசலில் நின்று கத்தினான்.

கைகள் நடுங்க கால்கள் துவள கதவைத் திறந்த என்னைக் கண்டு விஷ்வா, "என்னம்மா... என்ன ஆச்சு? ஏன் கத்தின? ஏன் இப்டி உக்காந்து அழுதுட்டு இருக்குற?" என்றான் ஆறுதலாய்.

அவனது முகம் கண்டதும் நான் இன்னும் விம்மி அழ ஆரம்பித்திட, விஷ்வா ஆதரவாக என்னை தன் மார்பில் சாய்த்துக் கொண்டான்.

"என்னம்மா... என்ன ஆச்சுன்னு சொல்லு? எதுவா இருந்தாலும் நான் இருக்- கேன்டா...." என்று ஆதரவாக என் தலையை வருடி விட்டான்.

நான் விம்மலோடு, "அண்ணா... என் கனவுல பெரிய சுனாமி வந்தது அண்ணா, சென்னையில பாதி ஊரே கடல்ல முங்கிடுச்சு. நெஜமாவே இங்க சுனாமி வரப் போகுது அண்ணா, எனக்கு ரொம்ப பயமா இருக்குது...." என்று அவனை பேச விடாமல் உளறிக் கொண்டே இருந்தேன்.

என் பேச்சின் நடுவில் புகுந்தவன் "என்ன சொல்ற நிலா?...." என்றான் ஆச்- சரியமாய்.

"ஆமாண்ணா... இன்னிக்கி காலைல சரியா எட்டு மணிக்கு சுனாமி வரப்- போகுது. அதுவும் போன தடவையை விட ரொம்ப பயங்கரமா இருக்க போகுது... நான் இப்போ என்ன செய்றது? எப்படி இத்தன லட்சம் மக்கள நாம காப்பாத்து- றது? நியூஸ் சேனல்லையோ, ஃபேஸ்புக்கிலையோ என் கனவப் பத்தி சொன்னா

ஏதாவது நல்லது நடக்குமா?"

விஷ்வா, "திடீர்னு ஒருத்தர் இப்படி சொன்னா, முதல்ல யாரும் நம்ப மாட்-டாங்கம்மா... அதுவும்போக இப்பவே மணி அஞ்சாக போகுது, இருக்கிற கொஞ்ச நேரத்தில அத்தனை பேரையும் இந்த ஊரவிட்டு எப்படிமா வெளியேத்த முடியும்? தப்பிக்க நினைச்சே ஒருத்தன ஒருத்தன் கொன்னுடுவாங்கடா.."

அவன் சொன்ன பிறகுதான் நான் கடிகாரத்தை கவனித்தேன், நான் நினைத்-தது போல் அது நள்ளிரவு அல்ல, அதிகாலை ஐந்து மணி.

இருந்தும் மன ஆற்றாமையோடு நான் விஷ்வாவிடம், "ஆனா சொல்லாம விட்டுட்டா மொத்தமா செத்துப் போயிடுவாங்களே அண்ணா... இப்போ இருந்து முயற்சி செஞ்சாலும் ஏதோ கொஞ்சம் பேரையாவது நாம காப்பாத்தலாமே. இதுக்கு முன்னால ஒருத்தர் ரெண்டு பேருக்கு ஆபத்து வந்துச்சு, ஆனா இப்போ லட்ச கணக்கான மக்களுக்கு ஆபத்து வந்திருக்கு. எனக்கு உண்மை தெரிஞ்ச பிறகும், நான் என்னால முடிஞ்சத செய்யாம தப்பிச்சு போகலாமா அண்ணா?..."

விஷ்வா உறுதியான குரலில், "அதெல்லாம் ஒன்னும் வேண்டாம், சுனாமி வர்-றதுக்குள்ள நாம மூணு பேரும் ஒரு பாதுகாப்பான இடத்துக்கு கிளம்பிடலாம்டா. இப்போ கிளம்பினாத்தான் எட்டு மணிக்குள்ள இந்த ஊர விட்டு வெளியில் போக முடியும்."

"அப்போ மத்தவங்க?"

" ..... "

அவன் எதுவும் சொல்லாமல் மௌனம் காப்பது அவளுக்கு பேரதிர்ச்சியாய் இருந்தது. தன் அண்ணன் இவ்வளவு சுயநலமாக இருப்பான் என்று முதல் முறை-யாக தெரிந்த நிலா பேச்சிழந்து போனாள்.

அவள் பார்வை போகும் பாதை புரிந்த விஷ்வா, "என்னம்மா இப்படி பாக்கற? நானும் மத்தவங்கள மாதிரியே சுயநலவாதியா இருக்கேன்னு யோசிக்கிறியா? நீ நினைக்கிறது உண்மைதான்மா... எனக்கு இருக்கிற ஒரே ஒரு உறவு நீ மட்-டும் தான். நம்ம அம்மா சாகும்போது என்ன விட உன்ன நெனச்சு தான் ரொம்ப கவலை பட்டாங்க, உன்னோட கனவுகள பத்தி எனக்கு விளக்கமா எடுத்து சொன்னாங்க. எந்த ஒரு சூழ்நிலையிலும் உன்னோட கனவு பத்தின இரகசி-யம் வெளியில தெரிஞ்சிட கூடாதுன்னு என்கிட்ட சத்தியம் வாங்கி இருக்காங்க. அதனால உலகத்த காப்பாத்தி ஊருக்கு உத்தமனாகுறதவிட, ஒரு அண்ணனா என் தங்கச்சிய ஒரு பாதுகாப்பான இடத்துக்கு அழைச்சிட்டு போறது தான் எனக்கு முக்கியம். நாம ரெண்டு பேரும் இங்க இருந்து கிளம்பின அடுத்த நிமிஷம், நாம நமக்கு தெரிஞ்சவங்களுக்கு தகவல் சொல்லிக்கலாம். அப்பவும் அவங்க நம்பு-வாங்கனு என்னால உறுதி சொல்ல முடியாது, கெட் ரெடி.."

நான், "என்னண்ணா நீ இப்டியெல்லாம் பேசுற? மீடியாவுக்கு போய் வரப்போற ஆபத்தை பத்தி சொன்னா மட்டும்தான் மக்களுக்கு தகவல் ரீச் ஆகும். அப்டி செஞ்சா மட்டும்தான் அட்லீஸ்ட் கொஞ்சபேரையாவது நம்மால தப்பிக்க வைக்க முடியும். இவ்வளவு பெரிய சிட்டில, வெறும் ரெண்டு போன வச்சுக்கிட்டு நாம எத்தனை பேருக்கு தகவல் கொடுக்க முடியும்?"

"வேற வழி இல்லம்மா.. நீ சொல்ற மாதிரி நியூஸ் சேனலுக்கும், சோசியல் மீடியாவுக்கும் நாம தகவல் சொன்னா உன் கனவு பத்தின ரகசியம் உலகம் முழுக்க பரவ ஆரம்பிச்சிடும். அது உன்னோட எதிர்கால வாழ்க்கையயே பாதிச்சிடும். என்னால அம்மாவுக்கு செஞ்சு கொடுத்த சத்தியத்தை மீற முடியாது நிலா.

நீ சொல்ற மாதிரி நியூஸ் சேனல்ல சுனாமி தகவல நாம சொல்லப்போய், அந்த செய்தி பார்த்ததும் மத்த சேனல்காரங்களும் நம்ம ரெண்டு பேரையும் தேடி கேமராவும் கையுமாக வந்தா என்ன ஆகும் தெரியுமா? அவங்க கையில நாம சிக்கிட்டா நம்மால சரியான நேரத்துக்கு இந்த ஊர விட்டு வெளியில போக முடியாம போயிடும்டா. நாம மத்தவங்கள காப்பாத்த நினைச்சு, அதுவே நமக்கும் சேர்ந்து ஆபத்தாகிடக் கூடாது. அதனாலதான் நாம முதல்ல இங்கிருந்து கிளம்பிட்டு, அதுக்கப்புறமா அடுத்தவங்களுக்கு தகவல் சொல்லிக்கலாம்."

"அண்ணா.. ப்ளீஸ்.. நான் ஏதாவது செய்ய.." என்று நான் தொடங்கிய வார்த்தையை முடிப்பதற்கு முன்பே விஷ்வா தன் பதில் வாக்கியத்தை தொடங்கிவிட்டான்.

"உன்னால எதுவும் செய்ய முடியாது நிலா.. நீயே யோசிச்சு பாரு, போன தடவை வந்த சுனாமியை விட இது ரொம்ப பெருசுன்னு நீதான் கொஞ்ச நேரம் முன்னால சொன்ன. அவ்வளவு பெரிய சுனாமி வர்றதா இருந்தா, அது சென்னைய மட்டும் தான் பாதிக்குமா? பக்கத்துல இருக்குற மத்த எல்லா மாநிலத்தையும், மாவட்டங்களையும் சேர்த்தே பாதிக்கும்ல? மீடியாக்கு தகவல் கொடுக்கிறது மூலமா உன்னால எத்தனை பேர காப்பாத்த முடியும்? இந்த மாதிரி ஒரு சூழ்நிலையில அத்தனை பேரையும் காப்பாத்த அந்த ஆண்டவனால கூட முடியாது. நாம சாதாரண மனுஷங்கம்மா, நம்மால என்ன முடியுமோ அதை மட்டும் செய்வோம் வா."

இவ்வளவு விளக்கிய பிறகும் நிலா அசையாமல் நிற்பதை கண்ட விஷ்வா தன் குரலை கடினமாய் மாற்றி, "நிலா.. நான் உன்னோட அண்ணன், உனக்காக எல்லாத்தையும் யோசிச்சுத்தான் செய்றேன். உனக்கும் என் மேல பாசம் இருந்தா நான் சொல்றதை கேளு. நான் போய் நமக்கு தேவையான சர்டிபிகேட்ஸ், டாகுமென்ட்ஸ், ஜூவல்லரிஸ், கேஷ் எல்லாத்தையும் பேக் பண்றேன். நான் வர்றதுக்குள்ள நீ சீக்கிரமா டிரஸ் செஞ்ச பண்ணிட்டு, உன் லக்கேஜோட ரெடியா இருக்குற.." என்றான் உத்தரவிடும் தோணியில்.

தலை குனிந்தபடி நின்றிருந்த நிலா "சரிண்ணா.." என்றாள்.

அவளுடைய செல்போனை எடுத்துக் கொண்டு, "சீக்கிரமா ரெடி பண்ணு" என்று கூறிவிட்டு தன் அறை பக்கமாக சென்றுவிட்டான்.

அடுத்த பதினைந்து நிமிடத்திற்குள் விஷ்வா கடகடவென தயாராகிவிட்டு, தங்களுக்கு தேவையான பொருட்களோடு நிலாவின் அறைக்கு வந்தான். அவளும் அங்கே தயாராய் காத்திருந்தாள், ஆனால் உறுதியான வேறொரு முடிவோடு....

7

❦

விஷ்வா என் அறைக்கு வரும் பொழுது நானும் அவனோடு பயணிக்க தயார் என்பதைப் போல நின்றிருந்தேன். இயற்கையிலேயே நான் மிகவும் பயந்த சுபாவம் கொண்ட பெண் என்பதால், வரப்போகும் சுனாமியை நினைத்து நான் பயந்து விட்டாய் அவன் நம்பினான். நாங்கள் புக் செய்த கார் வந்ததும் நான் மெதுவாய் பேச்சுக் கொடுக்கத் தொடங்கினேன்.

"அண்ணா, இப்போ நாம எங்க போறோம்?"

"ஏர்போர்ட்டுக்கு" என்று சொல்லிக்கொண்டே எங்களுடைய லக்கேஜ்களை காரின் பின்புறத்தில் நிறைக்க தொடங்கினான்.

"மணி அஞ்சரை தான் ஆகுது, இந்நேரத்துல பிளைட் இருக்குமா? அப்படியே பிளைட் இருந்தாலும் நமக்கு டிக்கெட் கிடைக்குமா அண்ணா?"

"எல்லாமே ரெடியா இருக்குதும்மா, ஆறரைக்கி கிளம்புற பெங்களூர் பிளைட்ல ஏறி நாம பெங்களூர் போகப் போறோம். டிக்கெட்டும் ஏற்கனவே புக் பண்ணியாச்சு. நாம இங்கிருந்து கிளம்பி போய் செக்கின் பண்றதுக்கு, அது சரியா இருக்கும். வா வந்து சீக்கிரமா கார்ல ஏறு" என்று உத்தரவிட்டான்.

இருவரும் காரில் ஏறி அமர்ந்த நொடி முதலே, அவன் நண்பர்களுக்கும் உறவினர்களுக்கும் செல்போனில் தொடர்பு கொண்டு தகவலை தெரிவிக்க ஆரம்-பித்துவிட்டான்.

அவன் பேசுவதைக் கேட்ட டிரைவர் சற்று சத்தமாகவே சிரிக்க, விஷ்வாவோ பார்வையாலே எனக்கு எங்களின் நிலையை உணர்த்தினான். ஆனால் அதில் என் மனம் கவலை கொள்ளவில்லை, நானும் என்னுடைய செல்போன் மூலம் அலு-வலக நண்பர்களை தொடர்பு கொண்டு எச்சரிக்கை செய்ய ஆரம்பித்தேன்..

ஒரு சிலரைத்தவிர பெரும்பாலானோர், "இதெல்லாம் எவனாவது கிளப்பிவிட்ட கட்டுக்கதையா இருக்கும், பேசாம போய்த் தூங்கு.." என்பதோடு தொடர்பை துண்-டித்து விட்டனர்.

விஷ்வா, "இங்க பாரு நிலா, நம்மள நல்லா தெரிஞ்சவங்களே நாம சொல்-றதை நம்பல. இதுல நீ என்னடான்னா மீடியாவுக்கு போறேன், ஃபேஸ்புக்ல போடு-

• 34 •

றேன்னு சொல்லிட்டு இருந்த. முன்னப்பின்ன தெரியாத உன்னை யார் நம்புவா சொல்லு?"

"....."

நான் தலை குனிந்து இருப்பதைக் கண்டதும் விஷ்வா குரலை சற்று இலகுவாக்கி, "சரி, முடிஞ்ச வரைக்கும் உன் கான்டாக்ட்ல இருக்குற எல்லாருக்கும் விஷயத்த சொல்ல ட்ரை பண்ணு. நம்புறவங்க நம்பட்டும், நம்பாதவங்க இருக்கட்டும்" என்றான்.

எனக்கும் இப்பொழுது இவர்கள் நான் சொல்வதை நம்பவில்லை என்று உட்கார்ந்து வருத்தப்படுவதை விட, முடிந்த அளவிற்கு வேகமாக மற்றவர்களுக்கு தகவல் தெரிவிக்க முயல்வதே புத்திசாலித்தனம் என்று தோன்றியது. என்னைப் பற்றி யார் என்ன நினைத்தாலும் பரவாயில்லை என்று, என் தொலைபேசியில் இருக்கும் அத்தனை பேருக்கும் தொடர்பு கொண்டு, சுனாமி பற்றிய தகவலை அறிவித்துக் கொண்டே இருந்தேன்.

அதிகாலை வேளை என்பதால் கூட்ட நெரிசலின்றி பயணித்த எங்களின் கார், வெகு விரைவிலேயே ஏர்போர்ட்டை அடைந்து விட்டது. விஷ்வா இன்னமும் தன் நண்பர்களுக்கு தகவலை சொல்லி முடிக்கவில்லை, ஆதலால் அவன் கவனம் முழுவதும் போன் பேசுவதிலும், லக்கேஜை எடுத்து வைப்பதிலுமே இருந்தது.

அவன் அசந்து இருக்கும் இந்த நொடியினை நான் எனக்கு சாதகமாக பயன்படுத்திக் கொள்ள நினைத்தேன். அவன் லக்கேஜ் ட்ராலியில், எங்களின் லக்கேஜ்களை அடுக்கி வைக்க ஆரம்பித்த நேரம் மெதுவாக வேறு திசையில் திரும்பி நடக்க ஆரம்பித்தேன்.

அவன் கண்ணில் படாத அளவு தூரத்திற்கு சென்று, ஒரு மறைவிடத்தில் மறைந்து நின்று எட்டி பார்த்தேன். அதி முக்கியமான பொருட்கள் நிறைந்த ஐந்தாறு லக்கேஜ்கள் என்பதனால், அவற்றை எல்லாம் விஷ்வா மிக ஜாக்கிரதையாய் எடுத்து வைத்துக் கொண்டிருந்தான்.

இதுவரை அவன் என்னை கவனிக்கவில்லை என்பதை உறுதி செய்துவிட்டு, என்னுடைய செல்போன் மூலமாக அவனுக்கு அழைத்தேன். தொடுதிரையில் என் பெயரினை கண்ட பிறகே, அவன் என்னைத் தேட ஆரம்பித்தான். நான் அவன் அருகில் இல்லை என்பது உறுதியானதும், யோசனையோடு என் அழைப்பினை அட்டர்ன் செய்தான்.

நான், "அண்ணா.. நீ ஜாக்கிரதையா இங்கிருந்து கிளம்பு. நான் வரல" என்றதுதான் தாமதம்.

இதுவரை இல்லாத அளவிற்கு கோபம் நிறைந்த விஷ்வாவை அந்த நொடியில் நான் கண்டேன். லக்கேஜ் ட்ராலியை ஒரு ஓரமாக வைத்துவிட்டு, அருகிலிருந்த தூண்களின் பின்னால் எல்லாம் என்னைத் தேடத் தொடங்கினான் அவன்.

நான் இல்லை என்றதும் மீண்டும் என் எண்ணிற்கு தொடர்பு கொண்ட விஷ்வா, "உனக்கென்ன பைத்தியமா பிடிச்சு இருக்கு நிலா? இப்போ உடனே நீ இங்க திரும்பி வரல, என்ன செய்வேன்னு எனக்கே தெரியாது.."

"அண்ணா.."

"பேசாத நிலா.. உடனே இங்க வா.." என்றான் கடும் கோபத்தோடு.

".........."

"நிலா.. பேசு.." என்று அரற்றினான்.

"..........."

"நிலா.."

"..........."

"சரி நீ சொல்ற மாதிரி நாம மீடியாவுக்கு தகவல் கொடுக்கலாம். திரும்பி வா.."

"இல்ல நீ பொய் சொல்ற.. நான் அங்க வந்தா, என்ன நீ கட்டாயப்படுத்தி கூட்டிட்டு போகத்தான் நினைப்ப. என்னால உன்ன மாதிரி சுயநலமா யோசிக்க முடியல, நீ போ.." என்று சொல்லிக்கொண்டே நான் என் இடத்தில் இருந்து வேறு ஒரு மறைவான இடத்தை நோக்கி ஓடத் தொடங்கினேன்.

"உனக்கு அறிவில்லையா நிலா? சின்ன புள்ளைக்கு சொல்ற மாதிரி எவ்வளவு தெளிவா சொன்னேன்? இருந்தும் மறுபடியும் ஏன் இப்படி நடந்துக்குற?"

"......"

"நீ சொன்ன உடனே எல்லாரும் சுனாமி வரும்னு நம்பிடுவாங்களா? இல்ல நீ கேட்டதும் கவர்மென்ட்ல இம்மீடியட்டா ஸ்டெப் எடுப்பாங்கனு நினைச்சிகிட்டு இருக்கியா? ஒரு மண்ணும் கிடையாது. உன் பேச்ச கேட்டு அத்தனை பேரும் தப்பிக்க நினைச்சாக்கூட, ஒரே நேரத்தில ஒரே பாதையில போய் முட்டி மோதிட்டு இருப்பானுங்க, எல்லா ஊருக்கும் தகவல் பரவியிருந்தா சுனாமிக்கி முன்னால இதுவே ஒரு பேரழிவா உண்டாகிடும் தெரியுமா?"

"......"

"நான் சொல்றதக் கேளு, மரியாதையா திரும்பி வா. இல்லனா நானும் இங்-கிருந்து கிளம்ப மாட்டேன்."

"அண்ணா.. என் மேல நீ எவ்வளவு அன்பு வச்சிருக்கேன்னு எனக்கு நல்லா புரியுது. நானும் சின்ன வயசுல இருந்து உன்ன அண்ணனா பார்க்காம அப்பா-வாத்தான் பார்த்தேன். ஒவ்வொரு விஷயத்துலயும் நீ என் மேல காட்டுற அக்-கறையும், பாசமும், தியாகமும், அத அனுபவிச்ச என்னத் தவிர வேற யாருக்-குண்ணா தெரியும்?"

"எல்லாம் தெரிஞ்சும் ஏன் நிலா என் பேச்சை கேக்க மாட்டேங்கிற?" என்றான் குரல் உடைய..

"நீ எப்படியாவது என்ன காப்பாத்தணும்னு நினைக்கிற, அது எனக்கு நல்லா புரியுது. ஆனா அப்படி தப்பிச்சு போய் என்னால நிம்மதியாக வாழ முடியாது அண்ணா. ஒருத்தர் ரெண்டு பேர்னா என்னால தாங்கிக்க முடியும். இத்தனை லட்சம் பேர் சாகப் போறாங்கன்றத, என்னால தாங்க முடியல. அவங்களோட மரண ஒலத்த நீ கேக்கல, நான் கேட்டேன், அந்த கதறல கேட்டுட்டு என்னால இங்கிருந்து வர முடியாது அண்ணா."

விஷ்வா, "சரி, எத்தனை லட்சம் பேர உன்னால காப்பாத்த முடியும் நிலா?"

"நிச்சயமா எல்லாரையும் என்னால காப்பாத்த முடியாது, அதுக்காக எதுவுமே செய்யாம நான் மட்டும் தப்பிச்சி போறது ரொம்ப பாவம் அண்ணா. எனக்கு ஒரே ஒரு உயிரை காப்பாத்தினாலே போதும், அதுக்கப்புறம் நான் செத்தா கூட என் மனசுக்கு நிம்மதியா இருக்கும்."

"அப்போ உனக்கு நான் முக்கியம் இல்லையா நிலா? எனக்காக நீ வரமாட்-டியா? அம்மா அப்பா ஸ்தானத்துல இருந்து உன்ன வளர்த்ததுக்கு, என்ன நீ அனாதையாக்கி பாக்க போறியா?"

"எனக்கும் உன்ன விட்டா யாரு இருக்கா? நான் உயிரோட இருந்தா நிச்சயமா உன்ன தேடி வருவேன், இப்ப நீ போ. எனக்காக வெயிட் பண்றதும், என்ன தேடி வர்றதும் வேஸ்ட் ஆஃப் டைம். பாய் அண்ணா.." என்றவள் தன் செல்போனை தூக்கி தூர எறிந்துவிட்டு, நொடியும் தாமதிக்காமல் அங்கிருந்து வெளியேறி ஓடி-விட்டாள்.

அதேநேரம் விஷ்வாவிற்கு தொடர்பு கொண்ட சூர்யா, "டேய் வெளக்கெண்ண பத்து நிமிஷமா என்கேஜ்டா இருக்கு உன் நம்பர், அவ்ளோ நேரமா யாருக்கூட பேசிட்டு இருக்க? சரி, நான் ஏர்போர்ட்க்கு வந்துட்டேன்.. நீ எங்க இருக்க?" என்றான்.

விஷ்வா கோபமாய், "சூர்யா நிலாவ காணும், மக்கள காப்பாத்த போறேன், மண்ண காப்பாத்த போறேன்னு பைத்தியம் மாதிரி உளறிட்டு இங்கிருந்து தப்பிச்சு ஓடிட்டா. இவ சொன்னா எவன்டா நம்புவான்? எங்க போய்த் தொலஞ்சான்னு தெரியலடா.." என்று முடிக்கையில் அவன் குரல் உடைந்துவிட்டிருந்தது.

சூர்யா, "ஹேய் நான் நிலாவ பாத்துட்டேன். இப்போத்தான் ஏர்போர்ட்ட விட்டு வெளியில வர்றா, நீ செக்கின் பண்ணிட்டு வெயிட் பண்ணுடா. நான் போய் அவள கூட்டிட்டு வர்றேன்டா.."

விஷ்வா, "தயவு செஞ்சு அத மட்டும் செய்டா, அவ வரலன்னா அடிச்சாவது இழுத்துட்டு வந்துடு, விட்ராத மச்சான்.."

சூர்யா, "நீ போன வை, நான் பாத்துக்குறேன்.." என்பதோடு பேச்சை நிறுத்-திவிட்டு தன் செல்ல அணைத்து பாக்கெட்டினில் போட்டான்.

விஷ்வாவிற்கு இப்போது நிலா திரும்பி வந்து விடுவாள் என்று கொஞ்சம் நம்-பிக்கை வந்திருந்தது. சூர்யாவிற்கு இத்தனை வருடங்களாய் காத்திருந்து கைகூடி இருக்கும் காதல் இது. அப்பேற்பட்ட பெண்ணை அவ்வளவு எளிதில் அவன் விட்டு விட மாட்டான் என்பது விஷ்வாவிற்கு தெரியும். இக்கட்டான சூழ்நிலை-யில் காதலியை கை விடும் காதலன் எங்காவது உண்டா என்ன?

ஆம்! சூர்யா காதலிப்பதும், அவன் மணம் கொள்ள விரும்புவதும் நிலாவைத்-தான். அவள் சிறுமியாய் இருந்த போது காதலைச் சொன்ன நொடியில் அவன் மனதில் நிலாவின் மேல் எந்த ஒரு அபிப்ராயமும் இருந்திருக்கவில்லை. சிறுமி எனும் நிலை மறந்து, காதல் கடிதம் கொண்டுவந்து நீட்டியவளைக் கண்டு அன்று அவனுக்கு உண்மையில் அளவில்லா கோபம்தான் வந்தது.

அந்தக் கோபத்தின் விளைவாய்த்தான் என்ன பேசுகிறோம் என்று தெரியாமல் அன்று பேசிவிட்டான். அவனது வார்த்தை எனும் சவுக்கினால் சரமாரியாய் வதைத்து அனுப்பப்பட்ட நிலா, அந்த நொடி முதலே அவனை விட்டு விலகி நிற்கக் கற்றுக் கொண்டாள். இத்தனை வருடங்களில் அவனே பலமுறை வருந்தி அழைத்தாலும், அவள் அவனோடு ஒரு வார்த்தை கூட பேசவே இல்லை...

ஆரம்பத்தில் நிலா மீது தான் கொண்டிருந்த கோபம் நியாயம் என்றே நினைத்-திருந்தான் சூர்யா. காரணம் அன்றைய நாளில் அவளின் வயது அப்படி. திரைப்-படங்களில் வரும் பள்ளிக்கூட காதலை கண்டு அவளும் தடம்புரண்டு போய் இருக்கின்றாள் என்று தனக்குத் தானே முடிவு செய்து கொண்டான்.

ஆனால் வெகுவிரைவிலேயே வெளிநாட்டு வாழ்க்கையின் சாபமாகிய தனி-மையெனும் அரக்கன் சூர்யாவிற்கு தன் கோர முகத்தை காட்ட துவங்கினான். அந்த நேரங்களில் தன்னை தானே சமநிலைப் படுத்தி கொள்ள அவன் பழைய பள்ளி நினைவுகளை எல்லாம் தோண்டிப் பார்க்க ஆரம்பித்தான்.

அப்பொழுதுதான் அவனுக்கு பல வருடங்களுக்கு முன்பிருந்தே நிலா தன் மீது மட்டும் தனிக்கவனம் கொண்டிருப்பது விளங்கிற்று. அவனுக்கு இது மிக மிக காலதாமதமான ஞானோதயம்..

அந்த வயதில் அவளின் ஆத்மார்த்தமான காதலை உணரும் பக்குவம், அவனுக்கு இல்லாமல் போனதற்கான தண்டனையை இன்று இங்கே தனிமையில் அனுபவித்தான். அதன் பிறகுதான் அவளை தொடர்பு கொள்ள பலமுறை முயன்-றான். ஆனால் நிலா அப்பொழுது முற்றிலும் உடைந்து போயிருந்தாள்.

அவன் தன்னை நெருங்க நினைப்பது புரிந்தும், 'எங்கே மீண்டும் பிறருக்காய் அன்பு செலுத்தினேன் எனச் சொல்லி விடுவானோ?..' என அஞ்சியே அவள் ஒதுங்கி சென்று விட்டாள்.

அந்த ஒதுக்கமே சூர்யாவின் மனதில் வேர் ஊன்றிய காதல் செடியினை விருட்சமாய் உருமாற்றி விட்டது.

8

நேற்று வரைக்கும் சூர்யாவும் நிலாவும் ஆடிய சடுகுடு ஆட்டத்திற்கு முற்றுப்புள்-ளியை இறைவன் இன்று விஷ்வாவின் மூலம் வைத்தான். உறவினர்கள் அனை-வரும் விஷ்வாவிற்கு பெண் கொடுக்க முண்டியடித்துக் கொண்டு வரவும்தான், அவனுக்கு தன் தங்கையும் கல்யாண வயதை நெருங்கி விட்டாள் என்பதே உரைத்தது.

தனக்கென ஒரு வாழ்க்கையை அமைக்கும் முன்பாக தன் தங்கையின் வாழ்-வினை சீர்படுத்தி தந்துவிட வேண்டும் என்பதில் விஷ்வா முனைப்போடு செயல்-பட்டான். ஆனால் அவனுக்கு தனது திருமணத்தில் இருக்கும் ஆர்வத்தில், கால் பங்கு கூட நிலாவிற்கு அவளின் திருமண விஷயத்தில் இல்லை.

விஷ்வா எத்தனை மாப்பிள்ளைகளின் புகைப்படங்களை கொண்டுவந்து போட்டாலும், அது எதையும் ஏறெடுத்துப் பார்க்காமல், "நீ பாரு, உனக்கு ஓகேண்ணா, எனக்கும் சம்மதம் அண்ணா..." என்று சொன்னாள் நிலா.

'தனது எதிர்கால கணவன் குறித்து எவ்வித எதிர்பார்ப்பும் இல்லாமல் எப்படி ஒரு இளம் பெண்ணால் இருக்க முடியும்? ஒருவேளை அவள் தனது கனவுகள் பலிப்பதை நினைத்து, திருமணத்தை எதிர் கொள்ள பயப்படுகிறாளோ?!' என்று குழம்பிய விஷ்வா அதையும் அவளிடம் தெளிவாய் கேட்டு பார்த்தான்.

"அப்படியெல்லாம் ஒண்ணுமில்ல அண்ணா.." என்று அதற்கும் முற்றுப்புள்ளி வைத்து விட்டாள் அவள்.

எப்படி கேட்டாலும் 'எதுவும் இல்லை..' என்று நிலா சொல்லச் சொல்லத்தான், ஏதோ இருக்கின்றது என்பதை உறுதியாக உணர்ந்தான் விஷ்வா. அப்பொழுது-தான் முதல் முறையாக அம்மாவின் இழப்பை நினைத்து பெரிதாய் வருந்தினான்.

'நான் ஆண் என்பதால் நிலா உள்ளதைச் சொல்லாமல் மறைக்கின்றாள். ஒரு-வேளை இந்நேரம் அம்மா உயிரோடு இருந்திருந்தால், நிலா தன் மனதில் இருப்-பதையெல்லாம் வெளியே சொல்லியிருப்பாளோ?' என்று அவன் மனம் நொடிக்-கொரு முறை, நிலையின்றி தடுமாறிக் கொண்டே இருந்தது.

தன் மனம் கொண்ட குழப்பங்களை எல்லாம் விஷ்வா ஒரு வாரத்திற்கு முன் எதேச்சையாய் தன் பால்ய வயது சினேகிதனாகிய சூர்யாவிடம் உளறினான். நிலா தன்னை வெறுத்து விட்டதாய் நினைத்துக் கொண்டிருந்த சூர்யாவிற்கு அந்த நொடியில்தான், அவள் இன்னும் தன்னை நினைத்துக் கொண்டு இருப்பது விளங்-கியது.

சூர்யா திக்கித்திணறி, "விஷ்வா.. நான் ஒன்னு சொன்னா, நீ தப்பா நினைச்-சிக்க மாட்டியே.." என்று பெரிதாய் பீடிகை போட்டான்.

விஷ்வா, "டேய்.. நமக்குள்ள என்னடா? சும்மா சொல்லு.."

"நிலாவ நான் விரும்புறேன்டா.."

"........"

"ஹலோ... விஷ்வா லைன்ல இருக்கியாடா?"

"உங்கிட்ட இருந்து நான் இப்படி ஒரு வார்த்தையை எதிர்பார்க்கல சூர்யா.."

"எனக்கு தெரியும், உனக்கு நட்புன்ற பேர்ல இப்டி பிகேவ் பண்ணறது பிடிக்-காதுனு. ஆனா இப்ப நான் என்னோட மனசுல இருக்கிறத உன்கிட்ட சொல்-லலைன்னா, இனிமே எப்பவுமே சொல்ல முடியாம போயிடும். சரியோ தப்போ, நான் சொல்ல வந்த முதல்ல சொல்லிடுறேன், முடிவ நீ சொல்லு."

விஷ்வா அமைதியாய் இருக்க அதையே தனது அனுமதியாய் எடுத்துக் கொண்ட சூர்யா, "நான் வேலைக்காக வெளிநாடு கிளம்புற வரைக்கும் நிலா மேல எனக்கு அப்டி எந்த எண்ணமும் வரல. ஆனா இங்க வந்ததுக்கு அப்புறம் என் மனசு முழுக்க பழைய ஞாபகங்கள் அலை மோதிட்டே இருந்தது. அந்த ஞாப-கங்கள் எல்லாத்துலயும், நிலா எனக்காக ஒவ்வொரு விஷயத்தையும் எவ்வளவு மெனக்கெட்டு செஞ்சிருக்கான்றது புரிஞ்சது."

"........."

"பாவம், ஏற்கனவே ரொம்ப பயந்த சுபாவம் உள்ள பொண்ணு, அதான் வெளிப்படையா சொல்ல பயந்து உள்ளுக்குள்ளேயே விரும்பி இருக்குறா."

"அப்டியெல்லாம் என் தங்கச்சி ஒண்ணும்.." என்று சொல்லி முடிக்கும் முன்-பாக சூர்யா நடுவில் புகுந்து, "நான் சொல்லி முடிக்கிற வரைக்கும் நீ எதுவும் பேசாத விஷ்வா. அப்புறம் சொல்ல வந்ததை நான் சொல்லாமலேயே நிறுத்திடு-வேன். ப்ளீஸ், கொஞ்சம் பொறுமையா கேளுடா.." என்றான்.

விஷ்வா ஒரு நீண்ட பெருமூச்சு விட்டு விட்டு, "சரி சொல்லு.." என்றான் சற்றே கோபம் நிறைந்த குரலில்.

"நாம ரெண்டு பேருமே அப்போ சின்ன பசங்க, அதனால அவளோட மனச நம்மால அந்த வயசுல புரிஞ்சிக்க முடியல. அவளுக்கு நம்மளவிட சின்ன வயசு, அதனால அவளுக்கும் அத வெளிப்படுத்த தெரியலடா. ஏதோ ஒரு பயத்துல எங்-கிட்ட சொல்லாமலேயே இருந்திருக்கான்றதே எனக்கு இப்பத்தான் புரியுது. நான்

ஏர்போர்ட்ல இருந்ப்போ அவ சொல்ல வந்தா, நான் அவள ஹர்ட் பண்ற மாதிரி ஏதோ சொல்லிட்டேன், ஆனா நான் மனசறிஞ்சு அன்னிக்கி எதையும் பேச-லடா..."

"....."

"விவரம் தெரிஞ்ச நாள்ல இருந்து குழந்தையா பார்த்த பொண்ணு, திடீரென கையில லவ் லெட்டரோட என் முன்னால வந்து நிக்கிறத பார்த்ததும் கோபத்துல வார்த்தைய விட்டுட்டேன். அடுத்த நிமிஷமே அவ அழுதுகிட்டு போயிட்டா, என் முகத்த திரும்பிக் கூட பாக்கல. அவ குணம் தெரிஞ்ச நானே அப்படி பிஹேவ் பண்ணி இருக்க கூடாது, அதனாலதான் அவ இன்னிக்கி வரைக்கும் எங்கூட பேசவே மாட்டேங்குறா.."

"இதெல்லாம் உண்மையா இருந்தா, ஏண்டா நீ இவ்வளவு நாளா என்கிட்ட சொல்லாம மறைச்ச?"

"உனக்கு தெரியாம மறைக்கனும்னு நினைச்சு செய்யலடா. நிலாவே என்ன வேண்டாம்னு தூக்கி போட்டதுக்கு அப்புறம், எதுக்காக தேவையில்லாம நான் உங்க ரெண்டு பேரையும் தொல்லை செய்யணும்னு ஒரு எண்ணம். பேசாம விலகி போறதுதான் சரின்னு தோணுச்சு, அதான் இத்தன நாளா எதையும் யாருகிட்டயும் சொல்லாம இருந்துட்டேன். ஆனா இப்போ நீ சொல்றதெல்லாம் கேட்கும்போது, நிலா மனசுக்குள்ள நான் இன்னும் இருக்கேன்னு தோணுதுடா."

".......".

"கொஞ்சம் யோசிச்சு பாருடா, சின்ன வயசுல இருந்தே நாங்க நல்லா பழகி இருக்கோம். எங்க அம்மா அப்பாவுக்கும் அவமேல ரொம்பவே இஷ்டம், அவள விரும்புறேன்னு சொன்னா மறுபேச்சு பேசாம ஒத்துக்குவாங்க. அவள கடைசி வரைக்கும் நான் ராணி மாதிரி பாத்துப்பேன்டா.."

".......".

"முடியாதுன்னு சொல்லிடாதடா விஷ்வா.. ஐ லவ் ஹெர்.. என்னால அவள விட்டுட்டு வேற ஒரு பொண்ண நினைச்சுக் கூட பாக்க முடியலடா. நீ மட்டும் சரின்னு சொன்னா நான் அடுத்த பிளைட்லயே கிளம்பி இந்தியாவுக்கு வர்-றேன்டா."

விஷ்வா, "சரி, வா.."

"என்ன? என்னடா சொன்ன?"

"இந்தியாக்கு வாடா.. வந்து என் தங்கச்சிய சமாதானப்படுத்தி உன்கூட கூட்-டிட்டு போ."

"மச்சா.. தேங்க்ஸ்டா.. தேங்க்யூ சோ மச் டா.. இதோ இன்னும் அஞ்சு நிமி-ஷத்துல பிளைட் புக் பண்ணிடுறேன், எண்ணி ரெண்டு நாளுக்குள்ள உன் கண்ணு முன்னாலே வந்து நிப்பேன்."

"வா வா, வந்து அவகிட்ட நல்லா வாங்கி கட்டிக்கோ.."

"ஹா.. ஹா.. ஹா.. அது என் பாக்கியம்டா. அவ மனசுல நான் இருக்கேன்னு தெரிஞ்சிடுச்சு, இனிமேலும் என்னால சும்மா இருக்க முடியாது. அவ என்ன தூக்கிபோட்டு மிதிச்சாலும் பரவாயில்ல, நான் அவளுக்கு ப்ரபோஸ் பண்ணியே ஆகணும்."

"நீ மிதி வாங்குறத பார்க்கிறதுக்கு, ஐ ஏம் வெய்ட்டிங்.."

"சீக்கிரமே வர்றேன், உனக்கும் என் மேல ஏதாவது கோபமிருந்து, என்ன அடிக்கனும்னு தோணுச்சுனாலும் அடிச்சுக்கோ விஷ்வா. வருஷக்கணக்கா ஒரு ரகசியத்தை உள்ளுக்குள்ள வெச்சு புளுங்குறது ரொம்ப கஷ்டமா இருக்கு, அதுக்கு நான் உங்க கையால அடி வாங்கிட்டே போயிடுவேன்."

விஷ்வா நிதானமான குரலில், "சூர்யா, நிலாவ பத்தின ஒரு உண்மைய உங்-கிட்ட சொல்லனும்.." என்றான்.

சூர்யா, "என்னடா?"

"அவளுக்கு வர்ற கனவெல்லாம் பலிக்கும்."

"கனவு பலிக்குமா?"

"ஆமாடா, சின்ன வயசுல அவ கனவால ஏதோ ஒரு பெரிய பிரச்சனை வந்-ததாம். அதிலிருந்து அவ தன்னோட கனவ வெளியில யாருக்கும் சொல்ல மாட்-டேன்னு அம்மாவுக்கு சத்தியம் செஞ்சு கொடுத்துட்டாளாம். அது எனக்கே அம்மா உடம்பு முடியாம படுத்த படுக்கையானதுக்கு அப்புறம் தான் தெரிஞ்சது. இனிமே உனக்கும் அந்த உண்மை தெரிஞ்சிருக்கனும்."

"வெறும் கனவுதானடா.. அத ஏன் ஆபத்தான விஷயம்ங்கிற மாதிரி இவ்ளோ பில்டப் குடுத்து பேசுற?"

"நிலாவ பொருத்தவரைக்கும் இது ஆபத்தான விஷயம் தான் சூர்யா. ஏதாவது கெட்ட கனவு வந்தா ரொம்ப பயந்திடுவா, அன்னிக்கி ராத்திரி முழுக்க தூங்கவே மாட்டா, அடுத்த இரண்டு நாளுக்கு அவளால சாதாரணமாவே இருக்க முடியாது, கோவிலுக்கு போய் சாமி கும்பிடுவா, அர்ச்சனை பண்ணுவா, விளக்கு போடுவா, ஆனா கடைசி வரைக்கும் என்ன கனவு வந்ததுனு யாருக்குமே சொல்ல மாட்டா."

"புரியுதுடா, இதனால்தான் அவ நம்ம ரெண்டு பேரையும் தவிர, வேற யாரு-கிட்டயும் நெருங்கி பழகுறதே கிடையாது, இல்லையா?"

"ம்.. குடும்பத்து ஆளுங்களத் தவிர வேற யாருட்டையாவது நெருங்கி பழகினா அவங்களும் கனவுல வருவாங்க. அதனால அவங்களுக்கும் ஏதாவது ஆபத்து வந்திடுமோன்னு அவ பயப்படுவா."

"பாருடா அப்பவே அவ என்னையும் குடும்பத்துல ஒருத்தனா நினைச்சிருக்கா. ஆனா நாம ரெண்டு பேரும் அது புரியாம மக்கு மரமண்டையா வாழ்ந்துட்டு இருந்திருக்கோம்."

விஷ்வா, "சரிசரி, விடு. அதான் இப்போ கண்டு புடிச்சுட்டோம்ல."

சூர்யா, "ம்க்கும், கழுத வயசுல கண்டுபுடிச்சுட்டு பெரும வேற. இந்த வெக்-கங்கெட்ட பொழப்புக்கு நாம ரெண்டு பேரும் பிச்ச எடுக்கலாம்.."

"கவலப்படாத மச்சி, உன்கூட கூட்டு சேர்ந்தது நிலாக்கு தெரிஞ்சதும் நிச்சயம் அதுவும் நடக்கும். எதுக்கும் வரும்போது திருவோடோட வாடா.."

"ஹேய் நான் வர்றத அவகிட்ட சொல்லாதடா, வந்ததுக்கு அப்புறம் சொல்ல-லாம்.."

விஷ்வா, "ரொமான்ஸ்சாக்கும்.."

"ஏன் நாங்கல்லாம் ரொமான்ஸ் பண்ணக்கூடாதா?"

"முடிஞ்சா பண்ணிக்க.. அப்புறம் அவ திட்டிட்டான்னு அழுதுகிட்டு என் முன்னால வந்து நிக்கக்கூடாது."

"ஹேய்.. என்ன நீ? வீட்டுக்கு வரப்போற மாப்பிள்ளைன்ற மரியாத இல்லாம ரொம்பத்தான் கேவலப்படுத்துற."

"இந்த மூஞ்சிக்கி நாங்க பொண்ணு குடுக்க ஒத்துக்கிட்டதே பெருசு, இதுல மரியாத வேற குடுக்கனுமா? டிக்கெட் புக் பண்ணிட்டு காலாகாலத்துல இங்க வந்து சேரு.."

என்று விஷ்வாவும் சூர்யாவும் சேர்ந்து மாமன் மச்சான் விளையாட்டு விளை-யாட தொடங்கிவிட்டனர். அவர்களின் திட்டப்படி நிலாவிற்கு தெரியாமல் சூர்யா, அடுத்த நான்காவது நாளே இந்தியா வந்து இறங்கி விட்டான். ஆனால் அவனுக்கு முன்பாகவே அவனுடைய பிறவி கிரகம் இந்தியாவிற்கு வந்து விட்டது போலும்..

சூர்யா நிலாவை சந்திக்கும் முன் நிலா சூர்யாவை கனவில் சந்தித்து விட்-டாள், போதாமைக்கு முத்தமும் பெற்றுவிட்டாள். 'இனி எந்த நிமிடம், இந்தக் கனவு பலிக்கப் போகிறதோ?' என்று அச்சத்தில் இருந்தவளிடம் விஷ்வா, சூர்யா-வின் வரவுச் செய்தியைச் சொன்னான்.

அந்த வார்த்தைக்கே உள்ளுக்குள் உடைந்து நொறுங்கி கிடந்தவளை, இன்-னும் சுக்கு நூறாகும் படி விஷ்வா, "சூர்யாவுக்கு கல்யாணமாம்டா.." எனும் திரி-யினை வேறு கொளுத்திப் போட்டு விட்டான். அந்த நொடியிலேயே நிலா இனி தன்னவனை நினைக்கவும் தனக்கு அனுமதி கிடையாது என்றொரு முடிவிற்கு சென்றுவிட்டாள்.

அது தெரியாத அந்த நண்பர்கள் இருவரும் அங்கே காஃபி ஷாப்பில் கொஞ்சி விளையாடிக் கொண்டிருந்தனர்.

விஷ்வாவின் எதிரில் அமர்ந்திருந்த சூர்யா, "ஏய்.. தடிமாடு.. ஏன்டா கல்யா-ணம்னு சொன்ன?" என்றான்.

விஷ்வா, "ஹான், இத்தன நாளா என்ன உப்புக்கு சப்பயா உட்கார வச்சு நீங்க ரெண்டு பேரும் கேம் ப்ளே பண்ணீங்கள்ல, இப்போ என்னோட டர்ன். என்னால முடிஞ்ச அளவுக்கு உன் லவ்ல ஒரு இடியாப்ப சிக்கல உருவாக்கி விட்டுட்டேன். போய் முடிஞ்சா சரி பண்ணிக்கோ மச்சான்.." என்றான்.

சூர்யா, "நல்ல குடும்பத்துல வந்து வாக்கப்பட்டேன்டா.." என்று சொல்லிக் கொண்டே எழுந்து தயாராக தொடங்கினான்.

விஷ்வா, "டேய், என்னடா இதான் சாக்குன்னு, பில்லு கட்டாம கிளம்பிட்ட?"

"ஏய்.. சீ.. பாவம்டா, நிலா ரொம்ப பீல் பண்ணுவா. நான் போய் அவள பாத்து பேசிட்டு வர்றேன்டா.." என்று தன் தங்கையைத் தேடி ஓடுபவன் கண்டு விஷ்வாவிற்கு அத்தனை நிறைவாய் இருந்தது.

'நிலாவின் ஒரு துளி கண்ணீரை காண பொறுக்காதவன், அவள் மரணத்தின் வாயிலை தேடி ஓடினால் அவ்வளவு எளிதில் விட்டு விடுவானா?' என்று விஷ்வாவின் மனம் சற்றே அமைதி கொண்டது.

9

ஏர்போர்ட்டிலிருந்து வெளியே வந்த நிலா சூர்யாவிற்கு சில அடிகள் முன்னால் சென்று கொண்டிருந்த ஒரு ஆட்டோவினை கைநீட்டி நிறுத்தினாள். அவள் அதில் ஏறப்போகிறாள் என்று தெரிந்ததுமே சூர்யா தன்னுடைய டேக்ஸி டிரை- வரை நிறுத்தச்சொன்னான்.

ஆட்டோவின் பின்னால் ஓடி வந்த சூர்யா முடிந்த வரையில் குரலை உயர்த்தி, "நிலா.. நில்லு நிலா.." என்று கத்தினான்.

அது அவள் காதில் நுழையும் முன்பே, அவள் ஆட்டோவினுள் நுழைந்து இருந்தாள். நொடிப் பொழுதில் ஆட்டோ மீண்டும் புறப்பட, அவனும் ஓடிப்போய் தன்னுடைய டாக்ஸியை கிளப்பினான். அதிகாலை வேளை என்றாலும் ஏர்போர்ட் பகுதியில் போக்குவரத்து சீராகவே இருந்தது.

அந்த கூட்டத்தில் டாக்ஸி டிரைவரால் அவள் செல்லும் ஆட்டோவினை பின்தொடர முடிந்ததே அன்றி, முன் வந்து வழிமறித்து நிறுத்த இயலவில்லை. இருந்தும் அவளைத் தன் விழி ஓரத்தில் இருந்து தொலைய விடாமலே தொடர்ந்து கொண்டிருந்தான் சூர்யா. பத்து நிமிட போராட்டத்திற்கு பிறகு ஒரு சிக்னலில் நிலாவின் ஆட்டோ நிற்க, சூர்யா அதை அடையாளம் கண்டு பிடித்து விட்டான்.

நொடிகூட தாமதிக்காமல் சடாரென்று ஆட்டோவின் முன் வந்து நின்றவன், "நிலா.. ப்ளீஸ் இறங்கி வா.." என்றான் தன்மையான குரலில்.

அவனை அங்கு, அந்த நேரத்தில், அப்படி ஒரு வேகத்தில் சற்றும் எதிர்பாராத நிலா, அதிர்ச்சியில் வாயைப் பிளந்தபடி சிலையென அமர்ந்திருந்தாள். அவன் முகம் விழித்திரைக்குள் நுழைந்த நொடிதனில் அவள் தன்னை மறந்தனள், தான் தனது அண்ணனிடம் இருந்து தப்பித்து ஓடி வந்த காரணத்தை மறந்தனள், இன்- னும் சில மணிநேரங்களில் இவ்வூருக்கு நிகழப் போகின்ற கோர விபத்தையும் மறந்தனள்.

அவளின் அதிர்ச்சியை தனக்கு சாதகமாக பயன்படுத்திக் கொண்ட சூர்யா, லாவகமாய் அவளை ஆட்டோவில் இருந்து வெளியே இழுத்தான்.

சிலையாய் நிற்பவளின் தோள் பற்றி உலுக்கியவன், "என்ன நிலா பண்ற? எங்க போற?" என்றான்.

"........."

சூர்யா, "இன்னும் அரைமணி நேரத்துல நம்ம பிளைட்டுக்கு செக்கின் டைம் முடிஞ்சிடும் நிலா. அங்க விஷ்வா நமக்காக வெயிட் பண்ணிட்டு இருக்கான், சீக்கிரமா வா.." என்று அவளை தன்னுடைய டாக்ஸிக்குள் ஏற்ற முயன்றான்.

அப்போது அவள் பயணித்து வந்த ஆட்டோவின் டிரைவர், "சார் ஆட்டோக்கு மேடம் பணம் குடுக்கலையே.." என்று குரல் கொடுத்தார்.

சூர்யா, "இதோ வர்றேண்ணா.." என்று அவர் கையில் பணத்தைக் கொடுத்-துவிட்டு திரும்பி பார்க்கையில், நிலா தூரத்தில் ஓடிக்கொண்டிருந்தாள்.

சூர்யா, "நிலா.. நிலா.. எங்க போறடி? என்னவிட்டு போகாதடி.. லவ் யூ நிலா.." என்று அவன் கதறிய குரல், அவளின் செவியினை எட்டாமல் காற்றில் கற்பூரமாய் கரைந்து கொண்டிருந்தது.

இதற்கு மேலும் அவள் செவியில் தன் குரல் விழும் என்று நினைத்து நின்று கொண்டிருந்தால், அவள் கண்ணுக்கெட்டும் தூரத்தை விட்டு மறைந்து விடுவாள் என்று புரியவும், சூர்யாவின் கால்கள் அவள் பாதச் சுவட்டை பற்றி அந்த சாலை-யில் ஓடத் தொடங்கியது.

இருளும் ஒளியும் மாறி மாறி படர்ந்திருந்த சென்னையின் மாநகரச் சாலையில் அவள் நிற்காமல் ஓடிக் கொண்டிருக்க, அவளைப் பின்தொடர்ந்து அவனும் ஓடிக் கொண்டு இருந்தான். சூர்யா நிலாவை நெருங்கிய நேரத்தில் எதிரில் வந்த இரு வழிப்போக்கர்கள், சூர்யா நிலாவிடம் வம்பு செய்வதாக நினைத்து அவனை பிடித்-துக் கொண்டனர்.

சூர்யா, "என்ன விடுங்க ப்ரோ, அது என் கேர்ள் ப்ரெண்ட், எங்களுக்குள்ள ஒரு சின்ன பிரச்சனை."

அவர்களோ, "அதெப்படி நாங்க நம்புறது?" என்றனர் அவனை விடாமல்.

"ம்ச்ச்.. இப்போ பாருங்க.." என்றவன் அவர்களோடு வெளிச்சம் இல்லாத சாலையின் மூலைக்கு நகர்ந்தான்.

சத்தமாய், "நிலா.. இவங்க என்ன தப்பா புரிஞ்சுகிட்டு அடிக்கிறாங்கடி.. நிலா.. காப்பாத்து நிலா.." என்று கத்தினான்.

எண்ணி இரண்டு நிமிடத்தில் தங்களின் முன் மூச்சிரைக்க வந்து நின்றவளை பார்த்ததும், அவர்கள் இருவரும் சூர்யாவை பிடித்திருந்த கைகளை விடுவித்துக் கொண்டனர்.

சூர்யா, "தேங்க்ஸ்யா.. நானே கூட்டா கூட திரும்பி பார்க்க மாட்டேன்னு ஓடுனவ, உங்க புண்ணியத்துல திரும்பி வந்துட்டா. ரொம்ப நன்றி ப்ரோ.." என்று வலுக்கட்டாயமாய் கைகுலுக்கி நன்றி சொன்னான்.

அவர்கள் இருவரும், 'காலங்காத்தால இதுங்க விளையாடுற விளையாட்ட பாரு..' என்றபடி தங்கள் தலையில் அடித்துக் கொண்டு சென்றனர்.

தான் ஏமாந்து போனது புரியவும், துவண்டு விழும் கால்களை தூக்கிக் கொண்டு நிலா மீண்டும் நடக்கத் தொடங்கினாள். அவள் முக வாட்டத்தில் மனதின் வலியையும், நடையின் வேகத்தில் கால்களின் வலியையும் ஒரு சேர உணர்ந்தான் சூர்யா.

சூர்யா, "நில்லு நிலா.. இப்போ போனாத்தான் ப்ளைட்ட பிடிக்க முடியும். தயவு செஞ்சு நான் சொல்றத கேளு நிலா.." என்று அவள் கரம் பற்றினான்.

அப்போதுதான் அவள் கைகள் கொண்டிருந்த நடுக்கம் அவனுக்கு விளங்-கிற்று.

சூர்யா, "நிலா.. என்னடா ஆச்சு? ஏன் இவ்ளோ நடுங்குற?"

"என்ன விடு சூர்யா.." என்று அவன் பிடியில் இருந்து திமிரிக்கொண்டு சென்-றாள்.

"நிலா, என்னனு சொன்னதான் எனக்கு புரியும்?"

"எனக்கு ரொம்ப பயமா இருக்கு"

"அதான் நான் உன் கூட இருக்கேன்ல நிலா, பயப்படாதடா."

"என்னோட பயத்துக்கு காரணமே நீதான் சூர்யா" என்று அவள் இதழ் உதிர்த்த பதில் வார்த்தைகள், சூர்யாவின் மனதில் சவுக்கடியாய் விழுந்திற்று.

"நிலா.."

"எதுக்காக என் பின்னால வர்ற சூர்யா? யாருக்காக வர்ற? உன் நண்பனுக்-காகவா?"

"நிலா, நான்.." என்று அவன் பேசும் முன்பாகவே நிலா முந்திக்கொண்டு,

"தயவு செஞ்சு ஆமான்னு சொல்லி என்ன கஷ்டப்படுத்தாம, இங்கிருந்து போயிடு சூர்யா.."

"நீ இல்லாம நான் எங்கடி போவேன்?"

"இத்தன வருஷமா எங்க போனியோ அங்கேயே போ.. ஏன் என்ன டிஸ்டர்ப் பண்ற, எனக்கு உன் கூட பேச நேரமுமில்லை இஷ்டமுமில்லை, என்ன விட்ரு.."

"உனக்காகத்தான் நான் இங்க வந்திருக்கேன் நிலா.."

"பொய்.."

"உண்மைடி.."

"பொய்.. பொய்.. பொய்.. உன்ன கல்யாணம் பண்ணிக்க போற பொண்ணுட்-டயாவது உண்மையா இரு.."

"ஏய் நில்லு.. அப்டி எத்தன பேர நான் ஏமாத்தினேன்? உன்ன ஹர்ட் பண்ணி-னது தப்புதான், ஒத்துக்கிறேன். அதுக்காக விஷ்வாவை பார்த்து மன்னிப்பு கேட்-டுட்டேன், உங்கிட்டயும் மன்னிப்பு கேக்க தயாரா இருக்கேன். ஆனா நீ ஏன்டி

இத்தன வருஷமா என் மேல காதல வச்சுக்கிட்டே வெளியில சொல்லாம மூடி மறச்ச?"

"அப்டியெல்லாம் எந்த கன்றாவியும் இல்ல.."

"அப்புறம் ஏன் நிலா நான் கொடுத்த இன்விடேஷன இப்ப வரைக்கும் நீ பிரிச்சு பாக்கல?"

"நான் பாக்கலன்னு நீ பாத்தியா?"

"பாத்திருந்தாத்தான் உனக்கு அப்பவே தெரிஞ்சிருக்குமே, அது இன்விடேஷன் இல்ல, வெறும் மெனு கார்டுன்னு.."

".........."

"புரிஞ்சுக்கோ நிலா.. நான் எப்போ நீ வேணாம்னு சொன்னேனோ அந்த நிமிஷத்துல இருந்து, என் மனசு நீ வேணும்னு அடம் பிடிக்க ஆரம்பிச்சுடுச்சு. என் மனசு எனக்கு புரிஞ்சதும் நான் உங்கிட்ட திரும்ப பேசுறதுக்கு பல தடவ ட்ரை பண்ணேன். ஆனா அப்போல்லாம் பேச மாட்டேன்னு விலகி ஓடுனது நீதான் நிலா."

"ஏன்னா.. எனக்கு.. உன்ன ஃபேஸ் பண்ண பயமா இருந்தது.. எங்க நீ மறுபடியும் வேற யார் மேலயாவது இருக்குற மரியாதைக்காக எம்மேல பாசம் காட்டிடுவியோன்னு.." என்று திக்கித் தினறி அவள் சொல்லி முடிக்கையில், சூர்யாவின் விழிகள் இரண்டிலும் நீர் கோர்த்து இருந்தது.

நிலா, "இப்பவும் பயமா இருக்கு.. எனக்காக என்ன தேடி வந்தியா? இல்ல என் அண்ணன் சொன்ன வார்த்தைக்காக என்ன தேடி வந்தியான்னு.." எனும்முன் சூர்யா அவளை இழுத்து தன் மார்போடு அணைத்து இருந்தான்.

அந்த நேரத்தில் அவனின் அணைப்பு அவளுக்கும் தேவைப்பட்டு இருக்க, எவ்வித முரண்டும் செய்யாமல் அவன் மார்போடு பாந்தமாய் ஒன்றிக் கொண்டாள். அவளின் மனம் படும் பாடு புரிந்த சூர்யாவும் வார்த்தை மொழிகளை தவிர்த்துவிட்டு, தன் அணைப்பில் மூலமாகவே அவளுக்கான ஆறுதலை தெரிவித்தான்.

பொது இடமென்றோ, நடு ரோடென்றோ பாராமல் இருவரும் சில நிமிடங்கள் மெய் மறந்து அப்படியே தத்தமது லோகத்தில் சஞ்சரித்துக் கொண்டிருந்தனர். முதலில் நிலா தான் சுதாரித்தெழுந்து அவன் அணைப்பிலிருந்து விடுபட்டாள்.

அவள் மனம் சமநிலை அடைந்து விட்டதை அறிந்ததும் சூர்யா, "சாரி நிலா.. உண்மையில அன்னிக்கி நான் என்ன பேசுனேன்னே எனக்கு தெரியாது. கோபத்துல கண்ணு மண்ணு தெரியாம கத்தினேன்னு மட்டும் தான் எனக்கு ஞாபகம் இருந்துச்சு. நெஜம்மா மத்தவங்களுக்காக நான் உன்கிட்ட பாசமா இருக்குற மாதிரி நடிக்கலடா. நீ எனக்கு எப்பவுமே ஸ்பெஷல்டா, அதான் ஆயுசுக்கும் உன்ன என் கூடவே வச்சுக்கலாம்னு வந்திருக்கேன். வா, ஏர்போர்ட்டுக்கு போவோம்.."

நிலா, "நான் வரல.."

"அதான் எல்லாத்தையுமே சொல்லிட்டேன்லடா, இன்னும் ஏன் என்ன புடிக்-காத மாதிரி அடம்புடிக்கிற?"

"இல்ல சூர்யா, என்னத் தவிர இங்க யாருக்குமே சுனாமி வரப் போறது தெரி-யாது. நானும் என் உயிர காப்பாத்திக்க நினைச்சு தப்பிச்சு ஓடிட்டா, எல்லாரும் செத்து போயிடுவாங்க. அந்த பாவத்த எத்தனை ஜென்மம் எடுத்தாலும் என்னால கழுவ முடியாது. என்னால முடிஞ்சத நான் செய்யனும் சூர்யா, நீ போ. நான் வரல.."

"நீ சொன்னா யாரும் நம்ப மாட்டாங்க நிலா.."

"தெரியும், காலைல இருந்து என்ன நல்லா தெரிஞ்சவங்களே நான் சொல்றத நம்பல. ஆனாலும் நான் என் முயற்சியை கைவிட மாட்டேன்.."

"இது உனக்கே பைத்தியக்காரத்தனமா தெரியல? இந்த நேரத்துக்கு நாம ஏர்-போர்ட் போனா அட்லீஸ்ட் நாமளாவது சுனாமில இருந்து தப்பிக்க முடியும் நிலா.."

"எனக்கு என்ன ஆனாலும் பரவாயில்ல, இத்தன வருஷமா என் கண்ணு முன்னால எத்தனையோ உயிர் போயிருக்கு. அப்போல்லாம் என்னால காப்பாத்த முடியாம போயிடுச்சு. இன்னிக்கு ஒரு உயிரைக் காப்பாத்திட்டாலும் போதும், நான் நிம்மதியா சாவேன். நீ போயிடு.."

அதேநேரம் ஏர்போர்ட்டில் இருந்து சூர்யாவிற்கு கால் செய்த விஷ்வா, "டேய், செக் இன் டைம் முடியப்போகுது. நீங்க ரெண்டு பேரும் எங்க இருக்கீங்க?" என்-றான்.

சூர்யா நிதானமாய், "விஷ்வா, எங்களால இந்த ஃபிளைட்ட பிடிக்க முடியும்னு தோணலை. ஒன்னு பண்ணு நீ முன்னால போ, நாங்க ரெண்டு பேரும் அடுத்து எந்த பிளைட் இருக்குதோ அதுல கிளம்பிடுறோம். அப்புறமா நாம சாவகாசமா பெங்களூர்ல மீட் பண்ணிக்கலாம்.."

"......"

"யோசிக்காத விஷ்வா, நிலாவ நான் பாத்துக்குறேன். நீ முதல்ல கிளம்பு.."

விஷ்வா அரை மனதோடு, "சரிடா, எப்படியாவது எட்டு மணிக்குள்ள கிளம்-பிடுங்க. நான் பெங்களூர் போனதும் உனக்கு மெசேஜ் பண்றேன்."

சூர்யா, "சரிடா, பாய்.." என்று கூறிவிட்டு தொடர்பை துண்டித்தான்.

நிலா, "என்ன ஆனாலும், நிச்சயமா நான் உன்கூட வர மாட்டேன் சூர்யா"

சிறு குறும்புப் புன்னகையோடு சூர்யா, "நீ எங்கூட வரலன்னா, நான் உங்கூட வருவேன்."

10

❦

நேரம் காலை ஆறு முப்பதினை நெருங்கிக் கொண்டிருந்தது. சென்னையின் முக்கிய நகர வீதி ஆதலால், கொஞ்சம் கொஞ்சமாக போக்குவரத்து வாகனங்கள் அதிகரிக்கத் தொடங்கியது.

சூர்யா ஒரு நான்கு முனை சந்திப்பின் நடுவில் நின்று, "எல்லாரும் இந்த இடத்த விட்டு போயிடுங்க, இன்னும் கொஞ்ச நேரத்துல சுனாமி வரப்போகுது.." என்று தன் அடிவயிற்றிலிருந்து குரலெடுத்துக் கத்தினான்.

ஆனால் அவனை சுற்றி வருவோரும் போவோரும், அவனை வெறும் காட்சிப் பொருளாக பார்த்தனரே தவிர ஒரு பொருட்டாகக் கூட மதிக்கவில்லை. மற்றவர்களோ அவன் கதறலை தங்களுடைய செல்போன்களில் வீடியோ எடுத்துக் கொண்டு சென்றனர்.

இவர்களே பரவாயில்லை என்பதைப் போல இன்னும் சிலர், "எந்த டிவி சேனலுகாக இப்படி மத்தவங்க உயிரோட விளையாடிட்டு இருக்க?" என்று திட்டி விட்டு சென்றனர்.

ஆனால் சூர்யா அது எதையும் பொருட்படுத்தாமல் அரை மணி நேரம் தன் தொண்டை கிழியும் படியாக கத்தினான். அதற்கு மேலும் அவனை தவிக்க விட நிலாவிற்கு மனம் வரவில்லை.

நிலா, "போதும் வா சூர்யா.." என்று அழைத்ததும் அதற்கெனவே காத்திருந்தவன் போல அவள் அருகில் சென்றான்.

"என்ன நிலா? நான் சொன்ன மாதிரியே நடந்ததா? ஒரு ஈ காக்கா கூட நம்மள நம்பல பாரு. இப்பவாவது என் கூட வா நிலா.."

நிலா, "ஒரு தடவ அடுத்த சிக்னலுக்கு போய் ட்ரை பண்ணிப் பார்ப்போமா?"

சூர்யா, "ஷ......." என்று நீண்ட பெருமூச்சை விட்டுவிட்டு, "சரி வா.." என்றான்.

அடுத்த சிக்னலிலும் அவர்களுக்கு அதே நிலைதான். அவ்வழியில் செல்லும் ஒருவர் கூட அவர்கள் கூறுவதை உண்மை என்று நம்பவில்லை.

நேரம் ஏழினை நெருங்கும்போது நிலா, "போதும் சூர்யா, இதுக்கு மேல நீ கத்த வேணாம், இங்கிருந்து கிளம்பு" என்றாள்.

"போகணும்னு நினைச்சிருந்தா நான் எப்பவோ போயிருப்பேன்." என்றதும் நிலா தன் மான்விழி நிமிர்த்தி அவன் முகம் பார்த்தாள்.

சூர்யா குறும்புப் புன்னகையோடு, "ஐ மீன் அஞ்சு மணிக்கே போய் இருப்-பேன்னு சொல்ல வந்தேன் மேடம்" என்று சொல்லி கண்ணடித்தான்.

அந்தப் பார்வையின் பலம் தாங்காமல் தன் விழிக் குடைகளை தரை நோக்கி தாழ்த்திய நிலா, "நீ இங்க இருந்தா சுனாமி வந்துடும் சூர்யா.." என்றாள்.

"ஐயயோ.. எனக்கு தெரியாதே.." என்றான் அப்பட்டமான அப்பாவி போல.

"சீரியஸ்லி, நீ கிளம்பு.." என்று உறுதியான குரலில் சொன்னாள் நிலா.

"நான்தான் ஆரம்பத்திலேயே சொன்னேனே நிலா, என் ஆயுசு முழுக்க உன்ன நல்லா வச்சு பார்த்துப்பேன்னு."

"நீ இங்கேயே நின்னா உன் ஆயிசுக்கு காலம் வெறும் அரை மணி நேரம்-தான். வெளிநாட்ல உன்னோட அப்பா அம்மா நீ வருவேன்னு உனக்காக காத்து-கிட்டு இருப்பாங்க, அவங்களுக்காக நீ போயிடு சூர்யா.."

"அவங்களுக்காக நான் போகணும்ணு தான், ஆனா அவங்க அளவுக்கு நீயும் எனக்கு முக்கியம் நிலா. என் ஆயிசு அம்பது வருஷமா, அஞ்சு நிமிஷமான்னு எனக்கு தெரியாது. ஆனா அது முழுக்க உங்கூடத்தான்னு மட்டும் எனக்கு தெரி-யும்.." என்றதும் அவள் கண்கள் கண்ணீர் எனும் விழித்திரை கொண்டு தன்னை மூடிக் கொண்டது.

சூர்யா, "ஹேய் நிலா, எதுக்கு அழுற? ரொம்ப மோசமா ரொமான்ஸ் பண்-றேனா? டச் விட்டுருச்சுல, அதான்"

அவனது சீண்டல் வார்த்தையில் சட்டென சிரித்தவள், "சீ, பொறுக்கி.." என்-றாள்.

அவளின் வெட்கப் புன்னகை கண்டதும் அவன் உள்ளம் கூத்தாடத் தொடங்-கிற்று. நிலாவின் நிலவு வண்ண முகத்தினை தன் உறுதியான கரங்களில் ஏந்தி, "நிலா.. எனக்கு ஒரு கிஸ் குடுக்கனும் போல இருக்கு, குடுக்கவா?" என்றான் தாபம் நிறைந்த குரலில்.

தன் பார்வையை தன்னைச் சுற்றி நடப்பவர்களின் மீது சுழலவிட்ட நிலா, "வேணாம் சூர்யா, நாம நடு ரோட்டுல நிக்கிறோம், எல்லாரும் நம்மள பாத்துட்டு இருக்காங்க.." என்றாள்.

"சோ வாட்? இந்த ரோடு, நாம, நம்மள சுத்தி இருக்கிற மனுஷங்க எல்லா-ருக்கும் வேலிடிட்டி அரைமணி நேரம் தான். அதுக்குள்ள நான் என்னோட காதல உனக்கு காட்டணும்னு நினைக்கிறேன்."

"அத வார்த்தையால காட்ட முடியாதா?"

"வார்த்தையா? அது எத்தன கிலோமீட்டருக்கு அங்கிட்டு விழுந்து கெடக்கோ! காதல் போதையில முழுசா மூழ்கிப் போய் இருக்கிற என் இதயத்த பாத்தா உனக்கு பாவமா இல்லையா? ஒரே ஒரு முத்தம் கொடுத்து அத நீ காப்பாத்தக்-கூடாதா?"

"அடடா கவித! கவித!.."

அவளின் கிண்டல் மொழிகளும் அவனுக்குள் உற்சாக பெருக்கினை ஊற்-றெடுக்க வைக்க, "உனக்காக காடு, மலை, கடல் எல்லாத்தையும் தாண்டி வந்து இருக்குற என் கண்ணைப் பாரு, நான் உன்ன எவ்ளோ கண்மூடித்தனமாக காதலிக்கிறேன்னு உனக்கு அது சொல்லும். எங்கிட்ட இருக்குற எல்லாத்தையும் உனக்கு கொடுத்துட்டேன், நீ எனக்காக ஒரு முத்தம் தரமாட்டேன்றியேடி? நமக்கு டைம் வேற ரொம்ப கம்மியா இருக்குடி.."

"டேய்.. பிளாக்மெயில் பண்ணாததடா.."

"ப்ளீஸ்.. ப்ளீஸ்.. என் செல்ல நிலால்ல, பக்கத்துல வாடி.."

"வேணான்டா.. பயம்மா இருக்கு.."

"உனக்காக நான் சுனாமிலயே ஸ்விம்மிங் அடிக்கப்போறேன், நீ என்னடான்னா ஒரு உம்மா கொடுக்க இப்படி பயப்படுறியே.."

"இங்க ஏன் சுனாமி வருதுதுன்னு இப்போத்தான்டா தெரிக்குது எனக்கு.."

"ஏண்டி செல்லம்?"

"நீயெல்லம் ரொமான்ஸ் பண்ணினா கடல் தாங்குமா? அதான் பொங்கப்போ-குது.."

"அடி மவளே.. நான் உசுர குடுத்து ரொமான்ஸ் பண்றேன், நீ நோகாம நக்கல் பண்றியா?" என்று இரண்டு எட்டு வேகமாக வைக்க, அவன் வேகம் கண்டு மிரண்டு ஓடத் தொடங்கினாள் நிலா.

அதிகாலை வேளையில், ஆள்நடமாட்டம் நிறைந்திருக்கும் சாலையில், போக்-குவரத்து விதிகளைப் பற்றி கொஞ்சமும் கவலை கொள்ளாமல், புதிதாய் பிறந்த கன்று குட்டிகள் போல துள்ளித் தாவி ஓடி விளையாடும் இருவரையும் கண்டு, அவ்வழியில் வருவோரும் போவோரும் தலையில் அடித்துக் கொண்டு சென்றனர்.

ஆனால் அவ்விரு ஜீவன்களும், இந்த உலகைப் பற்றி கவலையே இன்றி ஓடி விளையாடிக் கொண்டிருந்தது. அவர்களின் கால்கள் இறுதியாய் சென்று நின்ற இடம் ஒரு ஷாப்பிங் மாலின் நுழைவு வாயில்.

சூர்யா, "மாட்டுனியா.." என்று நிலாவின் கரம் பற்ற கையில் அவள் முகம் வேறு எதோ சிந்தனையில் இருப்பதை கவனித்தான்.

"என்ன நிலா? என்ன ஆச்சு?"

"சூர்யா இந்த ஷாப்பிங் மால் சுனாமிக்கு அப்புறமும் அப்படியே இருந்தது."

"சுனாமியே தாங்குதா? பில்டிங் கான்ட்ராக்டர் ரொம்ப நல்லா பில்டிங் கட்டி இருக்கான் போல.."

"டேய், விளையாடாதடா. இங்க இருக்குறவங்க எல்லாரையும் எப்டியாவது இந்த ஷாப்பிங் மால்க்குள்ள போக வச்சா, நம்மால அவங்கள காப்பாத்த முடி-யும்."

"அவ்ளோதான, சூர்யா இருக்க பயமேன்? இப்போ பாரு.." என்றவன் சத்த-மாய் கத்த ஆரம்பித்தான்.

"உங்களுக்கு ஒரு அரிய வாய்ப்பு வந்திருக்கு மக்களே. இன்னும் அஞ்சு நிமி-ஷத்துல இந்த ஷாப்பிங் மால் ஃபர்ஸ்ட் என்ட்ரன்ஸ் பக்கத்துல ஸ்பெஷல் கூப்-பன்ஸ் குடுக்க போறோம். அந்த கூப்பன வச்சு, வர்ற ஞாயித்துக்கிழமை நீங்க இந்த மால்ல எல்லா பொருளையும் பாதி விலைக்கு வாங்கலாம். சீக்கிரமா வாங்க, முதல்ல வர்ற ஐநூறு பேருக்கு மட்டும்தான் கூப்பன்.." என்று கூவத் தொடங்கி-னான்.

இலவசம் என்றதும் முண்டியடித்துக் கொண்டு வருவதில் நம் மக்களை அடித்-துக் கொள்ள முடியாதே.. வாக்கிங் செல்வோரும், அலுவலகம் செல்வோரும் சூர்யா சொல்வதை ஒரு நிமிடம் நின்று கேட்க ஆரம்பித்தனர். இருவரும் எதிர்-பார்த்தபடியே அடுத்த சில நிமிடங்களில் அவர்களை சுற்றி கூட்டம் கூடத் தொடங்கியது.

அதிகாலை நேரம் என்பதால் ஷாப்பிங் மாலில் பாதுகாப்பு பணியாளர்களைத் தவிர வேறு எவரும் இருக்கவில்லை. நம் நல்லுள்ளங்களின் நல்ல நேரத்திற்கு அப்போது வரை அங்கிருந்த வாயில் காவலரும் இப்போது அங்கே இருக்க-வில்லை.

தங்களை நோக்கி வருபவர்களை எல்லாம் நிலா, "உள்ள போங்க சார், பர்ஸ்ட் என்ட்ரன்ஸ் பக்கத்துல வெயிட் பண்ணுங்க, இன்னும் அஞ்சு நிமிஷத்துல கூப்பன் கொடுக்க ஆரம்பிக்க போறோம்" என்று வழிநடத்தினாள்.

சில நிமிடங்களிலேயே ஐநூறு பேர் வரையில் உள்ளே அனுப்பி விட்டனர் இருவரும். ஆனால் அதற்குள் ஷாப்பிங் மாலின் பணியாளர்களுக்கு விஷயம் தெரிந்து விட்டது.

"யாருய்யா நீங்கள்லாம்? எவனோ என்னவோ சொல்றான்னு இந்த நேரத்துல இங்க வரீங்க? வெளியில போங்கய்யா.." என்று சண்டையிட ஆரம்பித்த நேரத்தில் திடீரென்று பலமான குளிர் காற்று வீசத் தொடங்கியது.

சென்னையின் சீதோஷண நிலைக்கு, பழக்கப்பட்ட சென்னைவாசிகளுக்கு திடீரென்று வீசும் அந்த குளிர்காற்று குழப்பத்தை ஏற்படுத்தியது. பாதுகாப்பு பணி-யாளர்களும் பொது மக்களும் பெரு மழை பெய்யப் போவதை நினைத்து அங்-கிருந்து கலைய நினைத்த நொடிகளில் சூர்யா அனைவருக்கும் முன்னால் வந்து

நின்றான்.

சூர்யா, "இங்க பாருங்க, இன்னும் அஞ்சு நிமிஷத்துல இங்க ரொம்ப பெரிய சுனாமி வரப்போகுது. அதுல இருந்து உங்களை காப்பாத்தத்தான் கூப்பன் கொடுக்-கிறதா நாங்க பொய் சொல்லி உங்களை இங்க வர வச்சோம். தயவுசெஞ்சு எல்-லாரும் இந்த ஷாப்பிங் மால் உள்ள போங்க.." என்று கத்தினான்.

ஷாப்பிங் மாலின் காவலர்கள், "என்னது? சுனாமியா? யார்ரா நீ? திருட்டுப் பயலே.. இப்படியெல்லாம் கூட திருட ஆரம்பிச்சிட்டிங்களா? எல்லாரும் வெளியில போங்க, இல்ல இவனோடு சேர்ந்து நீங்களும் கம்பி எண்ண வேண்டியிருக்கும்" என்று கத்தினான்.

தாங்கள் ஏமாற்றப்பட்டு விட்டதாக நினைத்து பொது மக்கள் அனைவரும் சூர்-யாவை அடிக்க நினைத்து நெருங்கத் தொடங்கினர். அப்போது வாக்கிங் வந்தி-ருந்த ஒரு வயதான மனிதரின் நாய், அவரின் கட்டுப்பாட்டை விட்டுத் தப்பிச் செல்ல நினைத்து முரண்டு செய்ய தொடங்கியது.

அதன் வெறி கண்டு அனைவரின் கவனமும் சூர்யாவிடம் இருந்து அதன் புறம் திரும்பியது. நாய் தன் மொத்த பலத்தையும் திரட்டி, அவர் கைகளில் இருந்த தன் கயிற்றினை அறுத்துக்கொண்டு தெறித்து ஓடியது. அடுத்த நிமிடமே வானத்-தில் திரைச்சீலை விரித்தது போல பறவைகள் கூட்டம் சடசடவென்று கிழக்கிலி-ருந்து மேற்கு திசை நோக்கி பறந்து சென்றன.

நம்மைச்சுற்றி விசித்திரமாய் என்னவோ நடக்கின்றது என்பதை மற்றவர்கள் உணரத் தொடங்கிய நேரம் சூர்யா, "இப்பவாவது நான் சொல்றத நம்புங்க, இங்க சுனாமி வரப்போகுது. இந்த ஷாப்பிங் மால் உள்ள போறதத் தவிர, நாம தப்பிக்க வேற வழியே கிடையாது. தயவு செஞ்சு நான் சொல்றதை நம்புங்க.." என்றான்.

காற்றின் வேகம் அதிகரிக்க தொடங்கியதும், கூட்டத்தினருக்கு இப்போதைக்கு இந்த ஏழு அடுக்கு கட்டிடம் தான் நமக்கு பாதுகாப்பானது என்று உள்ளுணர்வு சொல்லத் தொடங்கியது. எனவே அனைவரும் யோசனையைக் கைவிட்டு பாது-காப்பு காவலர்களிடம், அந்த நுழைவாயிலை திறக்கச் சொன்னார்கள்.

அவர்கள் உள்ளே செல்வதைக் கண்டு ஷாப்பிங் மாலுக்கு வெளியே இருந்த ஒரு சிலரும் ஓடி வந்து உள்ளே நுழைந்தனர். அவர்களைப் பார்த்து அந்த வீதி-யில் அச்சத்தில் ஆங்காங்கே சிதறி ஓடிக் கொண்டிருந்தவர்கள் அனைவரும், ஷாப்பிங் மாலின் உள்ளே ஓடி வர தொடங்கினார்கள்.

11

❦

சுனாமி வரப்போவது உறுதியானதுமே நம் இளைஞர்கள் படை சுறுசுறுப்பாய் வேலை செய்யத்துவங்கியது. மாடி ஏற முடியாமல் தவித்த வயதானவர்களையும், குழந்தைகளையும் இளைஞர்கள் தூக்கிக்கொண்டு மூன்றாம் தளத்திற்கு போய் விட்டுவிட்டு வந்தனர்.

அவர்களோடு தான் சூர்யாவும் அதிகாலை நேரம் வாக்கிங் வந்திருந்த ஒரு கர்ப்பிணிப் பெண்ணை, அவள் கணவனது உதவியோடு மற்றவர்களிடம் இடிபடா- மல், நான்காம் தளம் வரையில் அழைத்துச் செல்ல சென்றிருந்தான்.

நிலா, "எல்லாரும் மேல ஏழாவது மாடிக்கு போயிடுங்க.." என்று ஷாப்பிங் மாலின் முன் வாயில் பகுதியில் நின்று, தாமதமாக வருபவர்களிடம் கத்திக் கொண்டிருந்தாள்.

பதற்றத்தில் அவள் சொல்லும் வார்த்தைகளை சிரமப்பட்டு புரிந்தது கொண்ட மக்கள் அனைவரும் மேலே ஏறத் தொடங்கிட, அங்கே வந்த சூர்யா அவளையே தூக்கிக் கொண்டு படி ஏறத் தொடங்கினான்.

நிலா, "ஏய்.. என்ன விடு சூர்யா.." என கத்தினாள்.

சூர்யா, "கத்துன கடிச்சு வச்சிருவேண்டி. உன்னோட ஆசை ஒரு உயிரை காப்பாத்தனுங்கிறதுதான்? நான் உனக்காக ஆயிரம் பேருக்கு மேல காப்பாத்தி தந்துட்டேன். இன்னும் மத்தவங்கள காப்பாத்தனும்னு சொல்லிட்டு இருந்தேனா, நான் என்ன செய்வேன்னு எனக்கே தெரியாது. தப்பிக்கனும்னு விதி இருக்கிறவங்க கண்டிப்பாகத் தப்பிச்சிவிடுவாங்க, நீ உதவி செஞ்ச வரைக்கும் போதும். கொஞ்சம் என்னையும் கவனிடி.." எனக்கு உண்மையாகவே அடி மனதில் இருந்து புலம்பி- னான்.

அவன் மனம் புரிந்த நிலாவும், "சரி, சரி, இறக்கி விடுடா, நானே நடந்து வர்றேன்.." என்றாள்.

"முடியவே முடியாது. உன்ன நம்புறதுக்கு நான் என்ன முட்டாளா? கம்முனு வா.." என்றவன் மூன்று மாடி ஏறிய பிறகு, தாங்க முடியாத அளவிற்கு மூச்சு

வாங்கியதும்தான் அவளைக் கீழே இறக்கி விட்டான்.

அப்போதும் தன் கைகளை விடாமல் பற்றிக் கொண்டு, மேல் மூச்சு வாங்குப-வனை நிலா மெய் மறந்து பார்த்துக் கொண்டிருந்தாள். தன் மூச்சு சற்றே சமநிலை பட்டதும், சூர்யா மீண்டும் அவளை தூக்கிக்கொண்டு ஏறத் தொடங்கிட, நிலாவின் விழிகளில் ஆனந்தக் கண்ணீர் அரும்பத் தொடங்கியது.

இருவரும் ஆறாவது மாடியினை நெருங்கும் நேரம் வெளியே 'டமால்.. டமால்..' என்று பேரிரைச்சல் ஒலிக்கத் தொடங்கியது. அடுத்த நிமிடமே அவர்கள் இருந்த ஷாப்பிங் மாலில் கீழ் தளங்கள், தாறுமாறாக அடிபடுவது போன்று சத்தம் கேட்டது.

'சுனாமி வந்துவிட்டது, அதனால்தான் கீழ்தளத்தில் இருக்கும் கண்ணாடி சுவர்-கள் எல்லாம் உடைந்து நொறுங்குகின்றன!..' என்று புரிந்ததும் நிலா சூர்யா-வின் கைகளில் இருந்து வலுக்கட்டாயமாய் இறங்கி, ஏழாவது மாடியை நோக்கி விரைந்து ஓடினாள்.

இவ்வளவு நேரமாய் அவளை சுமந்து வந்ததனால், சூர்யாவிற்கு அவளை பின் தொடர முடியாத அளவிற்கு மூச்சு வாங்கிற்று. இருந்தபோதும் சிறு இடைவெளி விட்டு அவளைப் பின் தொடர்ந்து சென்றான்.

நிலா மொட்டை மாடிக்கு வந்து நின்ற அடுத்த நொடியே காற்றின் வேகத்தால் நின்ற இடத்திலேயே குப்புற விழுந்தாள். உணவின்மை, உறக்கமின்மை, உடல் அசதி, புயல்காற்று அனைத்தும் சேர்ந்து நிலாவின் உடலினை அரை மயக்க நிலைக்கு அழைத்துச் சென்றது. நிலாவின் பின்னாலேயே வந்த சூர்யா அவளுக்கு எந்த ஆபத்தும் நேராதபடி, அவளை இழுத்து தன் மார்போடு அணைத்து, ஒளித்-துக் கொண்டான்.

சுனாமியின் காரணமாய் அங்கே ஆளையே தூக்கிச் சென்று விடுவது போல, பலமான குளிர் காற்று வீசிக் கொண்டிருந்தது. அதனால் மொட்டை மாடி முழு-வதிலும் வளர்க்கப்பட்டிருந்த வெள்ளை நிற ரோஜாப் பூச்செடிகள் அனைத்தும் தரையில் சாய்ந்து கிடந்தன.

ஏற்கனவே வந்தவர்கள் அனைவரும் ஆங்காங்கே பாதுகாப்பான இடங்களில் கூட்டம் கூட்டமாய் முடங்கி அமர்ந்திருந்தனர். புயலா? மழையா? என்று புரியாத அளவிற்கு காற்றும் நீரும் கலந்து தெறிக்க, அடுத்த சில நிமிடங்களுக்கு அங்கு நிகழ்வது எதுவுமே யாருக்கும் புரியவில்லை.

உயிர் பயத்தில் அங்கிருந்தவர்கள் அனைவருமே ஒருவரை ஒருவர் இறுக்கிப் பிடித்தபடி அமர்ந்திருந்தனர். கிட்டத்தட்ட பதினைந்து நிமிடங்கள் வரையில் தொடர்ந்த அந்த புயல் காற்று, அதன்பிறகு கொஞ்சம் கொஞ்சமாக வேகம் குறைய-யத் தொடங்கியது.

காற்றின் வேகம் மட்டுப்பட்டதும் ஒரு சிலர் உயிர் பிழைத்து விட்ட மகிழ்ச்சி-யில், தங்கள் அருகில் இருப்பவர்களை ஆரத் தழுவிக் கொண்டனர். ஒரு சிலர் தங்களின் இஷ்ட தெய்வத்தை நினைத்து வேண்டுதல்களை அடுக்க தொடங்கினர். இன்னும் சிலரோ இறந்துபோன தனது குடும்பத்தினரை நினைத்து கதறி அழத்-தொடங்கினர்.

சூர்யா, "நிலா.. எல்லாம் முடிஞ்சதுடி, நாம தப்பிச்சுட்டோம் பாரு. நீ ஆசைப்-பட்ட மாதிரியே நிறைய பேரோட உயிர காப்பாத்திட்ட. நிலா.. நிலா.. எழுந்தி-ரிடி.." என்று நிலாவின் கன்னத்தில் தட்டி எழுப்பினான்.

மெது மெதுவாய் தன் அஞ்சனம் தீட்டிய விழிகளைத் திறந்தாள் அவள். வெளிச்சத்திற்கு அவள் கண்கள் பழக்கப்பட்டதும் சுற்றி இருப்பவர்களை பார்த்-தாள். அப்பாவோடு ஆசையாய் வெளியே சுற்ற நினைத்து வந்த குழந்தைகள் அம்மாவைத்தேடி அழுது கொண்டிருந்தன. உடல் நலத்தில் கவனம் வைத்து வாக்கிங் வந்திருந்தவர்கள் உறவுகளை தொலைத்து விட்டு கதறிக் கொண்டிருந்-தனர். குடும்பமாய் தப்பித்த சிலரோ தங்களின் குழந்தைகளை பயத்திலிருந்து மீட்டு எடுக்க முயன்று கொண்டிருந்தனர்.

'தப்பித்தவர்களே இந்த நிலையை இருந்தால், மற்றவர்களின் நிலை என்ன-வாகி இருக்கும்?' என்று நினைத்த நிலா, சூர்யாவின் அணைப்பிலிருந்து விடு-பட்டு, தத்தித்தத்தி அந்த மொட்டை மாடியின் ஓரத்திற்கு வந்தாள்.

சற்று நிமிடங்கள் முன்பு வரை பொதுமக்கள் உலவிய சாலை வீதி, இப்பொ-முது சர்வ நாசம் அடைந்து போயிருந்தது. வருவோருக்கும் போவோருக்கும் நிழல் தருவதால், கர்வமாய் தலைநிமிர்ந்து நின்றிருந்த மரங்கள் அனைத்தும், வேரோடு வெட்டிச் சாய்க்கப் பட்டிருந்தன. கண்ணிற்குத் தெரியும் தூரம் வரையில் நெடுங்-காலமாய் வானுயர நின்றிருந்த கட்டடங்கள் பலவும் சல்லி சல்லியாய் நொறுங்கிப் போயிருந்தன.

ஷாப்பிங் மாலின் உயரத்தில் கிட்டத்தட்ட நான்கு மாடி உயரத்திற்கு தண்ணீர் வந்து சென்றிருந்தது. இந்த அளவிற்கு நீர் வந்திருந்தால் நிச்சயமாக குடியிருப்பு வீடுகள் அனைத்தும் நீரில் மூழ்கி போயிருக்கும், என்று அவளின் கண்களிரண்-டும், அதிர்ச்சியில் கலங்கியிருந்த சித்தத்திற்கு உணர்த்தியது.

பார்வை ஓரளவிற்கு புது இடத்திற்கு பழக்கப்பட்டதும், பேதைப் பெண்ணவள் பாதையைத் தெளிவாய் காண முயன்றாள். தொலை தூரத்தில் முக்கால் பாகத்-திற்கு இடிந்து நிற்கும் வீடுகளும், மரங்களிலும் இடிபாடுகளிலும் சிக்கிக் கிடக்கும் வாகனங்களும் ஏதோ ஒரு உயிர் பலியினை அவளுக்கு தெரிவித்தது.

'பலிகளின் எண்ணிக்கை நிச்சயம் லட்சங்களைத் தாண்டி சென்றிருக்கும், இங்-கேயே இப்படி என்றால் மற்ற ஊர்களில் எவ்வளவு உயிரிழப்பு ஏற்பட்டிருக்கும்? பாவி நான், முன்பே எல்லாம் தெரிந்தும் எதுவும் செய்யாமல் போய் விட்டேனே..'

என்று விம்மி அழத் தொடங்கிய நொடிதனில் மெல்லிய சிரிப்பொலி அவள் செவி-
களில் ஒலித்தது.

இரண்டு வயது குழந்தையின் அருகிலிருந்த சூர்யா, "புஜ்ஜிம்மா.. உன்ன
இப்போ இந்த பூனக்குட்டி கிச்சு கிச்சு காட்ட போகுதாம். மியாவ்.. மியாவ்.. மியா
மியா மியாவ்.." என்று சிரிக்க வைத்துக் கொண்டிருந்தான்.

அக்குழந்தையின் அருகினில் அதன் தந்தை வரண்ட விழிகளோடு, 'மீரா..
மீரா..' எனப் புலம்பி அழுது கொண்டிருந்தார்.

அவர்களை பார்த்ததுமே நிலாவிற்கு புரிந்து விட்டது, 'அப்பாவோடு வீதி உலா
வர அடம் பிடித்துக் கொண்டு வந்திருக்கும் குழந்தை இது, இப்பொழுது வீட்டில்
இருக்கும் தன் அன்னை இறந்தது தெரியாமல் சிரித்துக் கொண்டு இருக்கின்றது'
என்று.

நிலாவிற்கு யதார்த்தம் புரிந்தது, இழப்புகளும் வலிகளும் நம் வாழ்வில் நிரந்-
தரமானவை. ஆனால் அந்த நிரந்தரத்தை, நிதானம் எனும் அறிவுக் கண்ணால்
காணும் பொழுது மட்டுமே, அதன் இடையில் ஒளிந்திருக்கும் புன்னகை எனும்
பூக்கள் நம் கண்களுக்குத் தெரியும். நிரந்தரத்தை மீறிச் செல்லும் வழி தெரியாத
வலிமிகு நேரங்களில், நிதானம் ஒன்றே நம் வாழ்விற்கு உறுதுணையாய் நிற்கின்-
றது.

நிகழும் நிரந்தரத் ஏற்றுக்கொள்ள முடியாமல் குழந்தையின் தந்தை தன்னிலை
மறந்து அழுது கொண்டிருக்க, சூர்யா லாவகமாக அவரிடமிருந்து குழந்தையை
வாங்கித் தன் தோளில் தூக்கிக் கொண்டான். புயல் காற்றினால் விழுந்து கிடந்த
ரோஜாச் செடிகளில் இருந்து, ஒரு சில பூக்களை பறித்து குழந்தையின் கையில்
கொடுத்து ஏமாற்றினான்.

அந்த விளையாட்டு அச்சிறு குழந்தைக்கு மிகவும் பிடித்திருந்தது போலும்.
அடுத்தடுத்து விழுந்து கிடந்த பூச்செடிகளிலிருந்து தனக்கு விருப்பமான பூக்களை
பறிக்க நினைத்து, அவன் கைகளில் இருந்து இறங்கி ஓடியது.

அந்த நொடியில் சூர்யா நின்றிருந்த தோரணை, நிலாவிற்கு எங்கேயோ பார்த்-
ததைப் போன்று தோன்றியது. ஏனோ அவளின் உள்ளுணர்வு, அவனருகில் செல்-
லச் சொல்லி அவள் கால்களை உந்தித் தள்ளியது.

சற்று முன்புவரை சுனாமியால் மேகம் மூட்டத்தோடு இருள் சூழ்ந்திருந்த
வானிலை, மெதுமெதுவாய் சூரிய ஒளியின் வருகையால் வெளிச்சமாக மாறத்
தொடங்கியது. வானிலை மாற்றத்தால் காற்று திசை மாறி வீசத் தொடங்கியது.
அந்த நொடியில் எதேச்சையாய் அவளைத் திரும்பிப் பார்த்த சூர்யா, காரணமே
இல்லாமல் ஒரு மோகனப் புன்னகை உதிர்த்தான்.

அந்தப் புன்னகையின் காரணம் புரிந்த அவள் மனம், அங்கிருந்து ஓடச்
சொல்லி அவளது அறிவிற்கு தகவல் அனுப்பியது. அவளது தடுமாற்றம் கண்ட-

வனது இதழில், ஏகத்திற்கும் ஏளனப் புன்னகை வளைந்து நின்றது.

என் உள்ளுணர்வின் பேச்சைக் கேட்டு அவ்விடம் விட்டு நான் நகர முயல்வது புரிந்ததும், அவன் கால்கள் என்னை நோக்கி வரத் தொடங்கின. அவனது வருகை அறிந்து அஞ்சி நடுங்கிய என் கால்கள் இரண்டும், தட்டு தடுமாறி இரண்டடி தாண்டும் முன் அவன் என்னை பிடித்திருந்தான்.

என் அருகில் வந்து நின்ற சூர்யா ஆளுமை நிறைந்த குரலில், "உனக்கத்தான் நான் இவ்வளவு தூரம் வந்திருக்கேன், நீ என்னடான்னா என் முகத்தக்கூட பார்க்-காம அந்த பக்கம் திரும்பி நின்னா என்ன அர்த்தம் நிலா?" என்றான்.

இந்த வார்த்தைகள்.. இந்த தீண்டல்.. இந்த நொடி.. என் கனவினில் வந்-தவை, அடுத்ததாய் அவன் எனக்கு முத்தமிட முனைவான் என்று என் சிந்தைக்கு கால தாமதமாய் ஞாபகம் வந்து தொலைத்தது.

அச்சமும் நாணமும் ஒரு சேர போட்டி போட, விழிகளை இறுக மூடிக்-கொண்டு, "வேணாம் சூர்யா.. எல்லாரும் பாக்குறாங்க.. என்ன விட்டுரு.. நான் போகணும்.." என்றேன் நடுங்கும் குரலில்.

"என்ன விட்டு நீ எங்கயும் போக முடியாது நிலா.. இந்த ஜென்மம் முழுக்க என் இம்சையை நீ சகிச்சுக்கிட்டே ஆகணும் செல்லம்.." என சொல்லிக் கொண்டே, என் இதழ் நோக்கி குனிந்து வந்தான். மீண்டும் ஒரு முறை என் உடலும் மனமும் அரை மயக்க நிலைக்கு பயணிக்க தொடங்கியது.

கனவு மெய்ப்பட,

காரிருள் முடிவுற,

கதிரொளி - தன்

கனவு நிலவோடு,

கலந்தது பாராயோ!!!......

என் இதர படைப்புகள்
    புத்தகமாக பதிப்பானவை:-
    மாந்த்ரீகன் (1&2)
    கண் கவர் கள்வனே
    காமுறக் காதல் கொண்டேன்
    ஈங்கிசைக்கும் காதலே
    நிழலன்
    வழித்துணையாய் வாராயோ
    உயிர்க்கடிகை
    நனவிலி வினை
    விழியோடு விளையாடு
    ஆடுகளம்
    மாதநாவலாய் பதிப்பானவை:-
    கவியழகே கண்மணி
    அசுரக்காதலன்
    நேசமுரடன்
    காதல் குமிழ்
    வாராயோ வெண்ணிலாவே
    பிறை நுதல் பேரழகே
    இணைய நூல்கள்:-
    காதலில் கரைந்திட வா
    காதல்காரா காத்திருக்கேன்
    நான் உன் அருகினிலே
    நேற்று இன்று நாளை
    மரகதவீணை
    குறு நாவல்கள்:-
    நானே நீயாய் வருவேன்
    அடலை யாத்திரை
    மாயவனின் மயில் தூரிகை
    இறைவ இறைவி
    இவை தவிர, 'Rhea Moorthy Novels' யூடியூப் சேனலிலும்
ஆடியோவாக கேட்டு ரசிக்கலாம்.